நிலத்தடி நீர்

உயிர் வாழ்வின் ரகசியம்

யஷ்வந்த்

சந்தியா

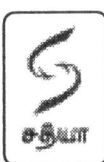

Title
Nilathadi Neer
Uyir Vazhvin Ragasiyam
Yeshwanth

ISBN: 978-93-6666-507-8

Title Code : Sathyaa - 121

நூல் தலைப்பு
நிலத்தடி நீர்
உயிர் வாழ்வின் ரகசியம்

நூல் ஆசிரியர்
யஷ்வந்த்

முதற்பதிப்பு
டிசம்பர் 2024

விலை : ₹ 130

பக்கம் : 97

Printed in India

Published by

Sathyaa Enterprises
No.134, First Floor,
Choolaimedu high road, Choolaimedu,
Chennai - 600 094.
044 - 4507 4203

Email
sathyaabooks@gmail.com

உள்ளே...

1. நிலத்தடி நீரும் வரலாறு காணாத வறட்சியும் — 5
2. குடிநீருக்கான போராட்டம் — 11
3. நிலத்தடி நீர் யாவருக்கும் சொந்தம் — 15
4. நிலமிருந்தும் நீர் இல்லை — 18
5. நீர்நிலைகள் மீதான அத்துமீறல்கள் — 21
6. மறுசீரமைக்க வேண்டிய நீர்நிலைகள் — 25
7. மன்னர் காலத்தில் நீர் மேலாண்மை — 30
8. மணல் எடுக்காவிட்டால் வீடு எப்படிக் கட்டுவது — 35
9. மணல் கொள்ளை தடுப்புச் சட்டங்கள் — 38
10. பணமாகவே தெரியும் மணல் — 45
11. மண்ணுக்கும் உயிர் உண்டு — 49
12. பூமியில் மட்டுமே உள்ள நீரையும் இழந்து விடாதீர்கள் — 57

13. வந்தனா சிவாவின் நீலதங்கம்	63
14. நீர்நிலைகளும், வாழ்வாதாரங்களும்	68
15. உயிரிழக்கும் தொன்மைமிக்க ஆறுகள்	75
16. சூழலியல் அநீதிக்கு எதிரான போராட்டங்கள்	79
17. கார்ப்பரேட்டுகளின் லாப வெறிக்குப் பலியாகும் சுற்றுச்சூழல்	89
18. மழைப் பொழிவை உருவாக்கும் காடுகள்	91
19. நிலத்தடி நீரை சேமிக்கும் பனை மரங்கள்	95

❐

1. நிலத்தடி நீரும் வரலாறு காணாத வறட்சியும்

பூமிப்பந்தின் அடுக்குகளில் இருக்கும் நிலத்தடி நீர் என்பது அள்ள அள்ளக் குறையாத அமுதசுரபி என்று கூற முடியாது.

அவ்வப்போது கிடைக்கும் மழை நீரை சேமித்தால் தான் தேவைக்கு ஏற்ப நிலத்தின் அடியில் இருந்து எடுக்க முடியும்.

பூமிப்பந்தில் பல ஆயிரம் ஆண்டுகளாக சேமித்து வைக்கப்பட்ட நீரை மனிதர்கள் சில நூறு ஆண்டுகளில் வெளியே எடுத்து விட்டனர். இதனால் வருங்காலங்களில் தண்ணீர் பற்றாக்குறை தீவிரமாகும்.

நிலத்தடியில் நீர் சேமிப்பதை நிறுத்தி விட்டு பதிலாக அதிக அளவு தண்ணீரை ஆழ்துளைகள் போட்டு உறிஞ்சியதால் இன்று 500 அடிக்கு மேல் ஆழ்துளை கிணறுகளை அமைத்தும் தண்ணீர் கிடைக்கவில்லை.

நீர் பற்றாக்குறை ஏற்பட்டால் நிலத்திலும், விவசாயத்திலும் கடும் பாதிப்பு ஏற்படும். உணவு உற்பத்தியும் பாதிப்புக்கு உள்ளாகும்.

நிலத்தடி நீரின் அளவு உயர வேண்டுமானால் அதற்கு பல வகை யான உத்திகளை கடைப்பிடிக்க வேண்டும்.

முதலில் வீடுகளில் மழைநீரை சேமிப்பது போல வேளாண் நிலங்களிலும் மழைநீரை சேமிப்பதுதான் நிலத்தடி நீர் மட்டம் உயர ஒரே வழி.

அதாவது விளைநிலங்களில் பெய்யும் மழைநீரை அறுவடை செய்து நிலத்தடியில் சேமிக்க உதவும் வகையில் நிலங்களில் சில நடவடிக்கைகள் மேற்கொள்ள வேண்டும்.

மழைநீரை நிலத்தில் சேமிக்க பெய்யும் மழைநீர் நிலத்தை விட்டு வெளியேறாமல் நிலத்திலேயே தேங்கி இருக்கும்படி செய்ய வேண்டும். இதற்கு நிலத்தில் மழைக்காலத்திற்கு முன்பு நன்றாக உழவு செய்ய வேண்டும். அதாவது நிலத்தில் கோடை உழவு செய்வது முக்கியம். கோடை உழவு செய்த பின்பு கிடைக்கும் மழை நீர் முழுவதுமாக எளிதில் உறிஞ்சப்பட்டு மண்ணில் செலுத்தப்படும்.

நிலச்சரிவுக்கு குறுக்கே உழவு செய்யப்படும்போது மண்ணில் மழை நீருக்கு வேகத்தடை ஏற்படுத்தப்பட்டு நிலத்திலேயே சேகரிக்கப்படு கிறது.

இதேபோல் நிலங்களில் சமச்சீர் வரப்புகள் அமைப்பதன் மூலம் குறிப்பிட்ட நிலத்தில் கிடைக்கும் மழைநீர் அந்த நிலத்திலேயே தேங்கி மெதுவாக இறங்கும்.

நிலத்தின் சமச்சீர் வரப்புகளை அமைக்கும்போது நீர் தேங்கும் பகுதியில் வரப்புகளை ஒட்டி இரண்டடி ஆழம், அரையடி அகலத்தில் நீளமான வாய்க்கால்களையும் வெட்டி வைக்கலாம். இதனால் மழைநீர் அந்த வாய்க்கால்களில் நிரம்பி முழுவதுமாக பூமிக்குள் செலுத்தப்படும்.

மானாவாரி நிலங்களில் கோடை உழவு செய்வது போல மரப்பயிர் களின் மரத்தை சுற்றி வட்டப்பாத்தி அமைக்க வேண்டும். சரியான இடங்களில் மரங்களின் அருகே பிறை வடிவ வாய்க்கால்களை எடுத்து வைக்க வேண்டும்.

ஓடைகளின் குறுக்கே தடுப்பணைகளை அமைக்க வேண்டும். மொத்த நிலத்தின் தாழ்வான பகுதியில் பண்ணைக் குட்டைகள் அமைக்கலாம்.

மாநிலங்களுக்கிடையில் பாயும் நதிகளை பங்கிட்டுக் கொள்வதில் இப்போது சிக்கல் பெருகி ஒவ்வொரு மாநிலம் நீதிமன்றங்களை நாடும் நிலைமை ஏற்பட்டுள்ளது.

இதன் காரணமாக மாநிலங்களுக்கிடையில் பகைமையும் நாட்டின் ஒற்றுமையை சீர்குலைக்கும் நிலைமையும் உருவாகி உள்ளது. நதிகள் இணைப்பால் இந்த பிரச்சனை தீரும்.

நாடு சுதந்திரம் அடைந்து எழுபது ஆண்டுகள் ஆகியும் நதிநீர் இணைப்பு இன்னும் கேள்விக்குறியாகவே உள்ளது. 2012க்குள் நதிநீர் இணைப்புக்கு ஒரு நிபுணர் குழுவை மத்திய அரசு அமைக்க வேண்டும் என்ற நீதிமன்ற தீர்ப்பு செயல்வடிவம் வருவதில் தாமதமாகி கொண்டே இருக்கிறது.

சுற்றுப்புறச் சூழல் காரணமாக இப்போது மழை மிகவும் குறைவாகப் பொழிகிறது. எதிர்காலத்தில் குடிநீர் பிரச்சனை மற்றும் விவசாய உற்பத்தி பாதிப்பதுடன் தண்ணீருக்காக யுத்தமே நடக்கலாம் என்ற கூற்று வலுப்பெற்று வருகிறது.

நதிகளை இணைப்பதில் ஆர்வமுடன் செயல்பட்டால் அடுத்த பத்து ஆண்டுகளில் அனைத்து நதிகளையும் இணைக்க முடியும் என்று உச்சநீதிமன்ற தலைமை நீதிபதியாக இருந்த கிர்பால் தெரிவித்துள்ளார்.

முன்னாள் ஜனாதிபதி அப்துல்கலாம் வறட்சியையும், வெள்ளப் பெருக்கையும் தடுக்க வேண்டுமானால் நதிநீர் பங்கீட்டு திட்டம் அவசியம் என்று கூறியுள்ளார்.

தேசிய நவீன நீர்வழிச் சாலை அமைக்கும் திட்டத்தை நிறைவேற்றினால் 900 கி.மீ. நீளம் உள்ளதாக அமைந்த பல நகரங்களை இணைக்கும்.

வடக்கு நீர்வழிச்சாலை கடல் மட்டத்தில் இருந்து 500 மீட்டர் உயரம் கொண்டதாகவும், மத்திய நீர்வழிச்சாலையும் தெற்கு நீர்வழிச் சாலையும் கடல் மட்டத்திலிருந்து 300 மீட்டர் உயரம் கொண்டதாகவும் இருக்கும்.

லாக்கிங் சிஸ்டம் என்ற தொழில்நுட்பத்தை பயன்படுத்தி நீரை கீழ்ப்பகுதியில் இருந்து மேல் பகுதிக்கு எளிதில் எடுத்துச் செல்லலாம். நீர்வழிச்சாலை மூலம் எந்தப் பகுதியில் இருந்தும் இந்தியாவின் எந்தப் பகுதிக்கும் எவ்வளவு நீர் வேண்டுமானாலும் எந்த நேரமும் எடுத்துக் கொள்ளலாம்.

இதனால் இந்தியாவில் 60 கோடி மக்கள் தடையின்றி குடிநீர் பெறுவர். நிலத்தடி நீரும் உயரும்.

பதினைந்து கோடி ஏக்கர் நிலங்கள் புதியதாக பாசன வசதி பெறும் 60 ஆயிரம் மெகாவாட் மாசற்ற புனல் மின்சாரம் கிட்டும்.

நாட்டை விவசாயம், குடிநீர், மின்சாரம் பற்றாக்குறைகளிலிருந்து மீட்டெடுக்க இதுபோன்ற திட்டங்களுக்கு முன்னுரிமை அளித்து செயல்பட வேண்டும்.

தமிழ்நாட்டிலுள்ள நீர்நிலைகள் எல்லாம் வறண்டு போயிருக்கிறது. 140 ஆண்டுகளாக இல்லாத வகையில் கடும் வறட்சி நிலவிக் கொண்டிருக்கிறது.

தென்மேற்கு பருவமழையும், வடகிழக்கு பருவமழையும் தொடர்ந்து பொய்த்து போய்க் கொண்டிருக்கிறது. தமிழ்நாட்டில் எந்த நீர் நிலைகளிலும் தண்ணீர் இல்லை.

நிலத்தடி நீரும் வெகு ஆழத்திற்கு போய் விட்டது. இதன் காரணமாக நல்ல தண்ணீர் கிடைக்காமல் உப்புத் தண்ணீர் கிடைக்கும் நிலை தான் ஏற்பட்டுள்ளது.

இதே நிலைமை நீடித்தால் நிலத்தடி நீரும் கிடைக்காத அபாயகர மான நிலை ஏற்பட்டு விடும். விவசாயத்துக்கு மட்டுமல்ல குடிநீருக்கே கடுமையான பஞ்சம் ஏற்பட்டுள்ளது. கால்நடைகளும் தண்ணீர் இல்லாமல் செத்து மடிகின்றன.

எல்லா இடத்திலும் ஆழ்குழாய் கிணறுகள் தோண்டிக் கொண் டிருக்கிறார்கள். இப்படி ஏராளமான ஆழ்குழாய் கிணறுகளை தோண்டிக் கொண்டிருப்பதால் பூமிக்கடியிலிருந்து நீர் சுரண்டப்படு கிறது.

நிலத்தடி நீர் மட்டத்தை உயர்த்துவதற்கு எந்த நடவடிக்கையும் எடுக்காமல் வெறுமனே ஆழ்குழாய் கிணறுகளைத் தோண்டி நீர் எடுத்துக் கொண்டிருப்பது நிரந்தர சேமிப்பு கணக்கிலுள்ள பணத்தையெல்லாம் எடுத்து செலவழித்துக் கொண்டிருப்பதை போலாகும்.

எனவே போர்க்கால நடவடிக்கையாக தமிழக அரசு 1076 கிலோ மீட்டர் நீளமுள்ள கடலோர பகுதிகள் அனைத்திலும் கடல்நீரை குடிநீராக்கும் திட்டங்களை செயல்படுத்த வேண்டும்.

இஸ்ரேல் நாடு உலகத்தில் வறட்சி மிகுந்த நாடுகளில் ஒன்றாகும். ஆனால் இந்த நாட்டில் கடல்நீரை குடிநீராக்கும் நிலையங்கள் ஏராள மாக அமைத்திருப்பதன் மூலமும் கொஞ்சம் கொஞ்சம் பெய்யும் மழைநீரையும் சேகரித்து வைப்பதற்கான திட்டங்களை நிறை வேற்றுவதன் மூலமும் அவர்களுக்குத் தேவையான அளவு தண்ணீருக்கு மேல் அபரிமிதமான தண்ணீரை வைத்துக் கொண்டு விவசாயத்திலும் உலகம் முழுவதையும் தன்னை நோக்கி பார்க்க வைத்துக் கொண்டிருக்கிறது.

சென்னையில் மீஞ்சூர், நெம்மேலி ஆகிய இடங்களிலுள்ள கடல் நீரை குடிநீராக்கும் நிலையங்கள் மூலம் கிடைக்கும் தண்ணீர்தான் பல பகுதிகளில் தண்ணீர் தேவையை பூர்த்தி செய்கிறது.

இரு நிலையங்களிலும் தலா 100 மில்லியன் லிட்டர் தண்ணீர் உற்பத்தி செய்யப்படுகிறது. தற்போது நெம்மேலியில் தினமும் 150 மில்லியன் லிட்டர் கடல்நீரை குடிநீராக்கி சப்ளை செய்யும் வகையிலான மேலும் ஒரு திட்டம் ரூ.1350 கோடியில் செயல்படுத்த துவக்க கட்ட ஏற்பாடுகள் நடைபெற்று வருகிறது.

இதுமட்டுமில்லாமல் நெம்மேலி குப்பம் கிராமத்தில் மேலும் 400 மில்லியன் கடல்நீரை குடிநீராக்கும் நிலையம் தொடங்குவதற்கும் திட்டம் தீட்டப்பட்டுள்ளது.

இந்தத் திட்டங்கள் மட்டுமல்லாமல் சென்னையிலிருந்து கன்னியா குமரி வரை மேலும் பிரம்மாண்டமான வகையில் கடல்நீரை குடிநீராக்கும் நிலையங்கள் தொடங்கும் முயற்சிகளை அரசு மேற் கொள்ள வேண்டும்.

பன்னாட்டு நிதி நிறுவனங்களின் ஆதரவுகளைப் பெற்று இந்த முயற்சிகள் மேற்கொள்ளும் பட்சத்தில்தான் தமிழகத்தின் தண்ணீர் தவிப்பு ஓரளவு பூர்த்தியடையும்.

தமிழகத்தில் 365 நாட்களில் சராசரியாக 35 நாட்கள் மட்டும் 923 மி.மீ. அளவு மழை பெய்கிறது. நீர்த்தட்டுப்பாடுள்ள இந்திய மாநிலங் களில் தமிழகமும் மிக முக்கிய ஒன்றாகும். அதனால்தான் இங்கு தண்ணீருக்கான மோதல்களும், சண்டைகளும் தொடர்ந்து ஏற்பட்டு வருகிறது.

காவிரியிலிருந்து முல்லைப் பெரியாறு வரை தமிழகம் தொடர்ந்து போராட்டம் நடத்தியே தனக்கான தண்ணீர் உரிமையை நிலை நாட்ட வேண்டிய சூழ்நிலை இருந்து வருகிறது.

ஆனால் அதே சமயம் ஒவ்வொர் ஆண்டும் ஆந்திரம் 4000 டிஎம்சி, கர்நாடகம் 2000 டிஎம்சி, கேரளம் 1000 டிஎம்சி தண்ணீரை குடிமைப் பயன்பாட்டிற்கன்றி கடலில் கலக்கின்றன.

தமிழகத்தில் ஓடும் அனைத்து ஆறுகளிலும் ஆய்வு மேற்கொண்டு வாய்ப்புள்ள இடங்களில் சிறிய அளவில் தடுப்பணைகள் கட்டி நீரைத் தேக்குவதற்கு போர்க்கால அடிப்படையில் முயற்சி மேற் கொள்ள வேண்டும்.

இதுபோல வெள்ளக் காலத்தில் தண்ணீரை ஆற்றின் இரண்டு பக்கமும் குறைந்தது 50 கி.மீ தொலைவு வரை தண்ணீரைக் கொண்டு சென்று ஏரி, குளங்களில் விடுவதற்கான கட்டமைப்பை ஏற்படுத்த வேண்டும்.

தமிழகத்தின் நீர்த்தேக்கங்களில் நடத்தப்பட்ட ஆய்வில் 8 அணை களில் 30 விழுக்காடும், இரண்டு அணைகளில் 50 விழுக்காடும், 4 அணைகளில் 10 விழுக்காடும் வண்டல் படிந்து நீர் கொள்ளளவு குறைந்துள்ளதாகத் தெரிய வந்துள்ளது. இந்த வண்டல் மண்ணை எடுப்பதற்கான திட்டத்தை வகுப்பதுடன் அணையின் நீர்க் கொள்ளளவை அதிகரிக்கவும் முயற்சி மேற்கொள்வது அவசியம்.

■

2. குடிநீருக்கான போராட்டம்

தமிழகத்தில் உள்ள அனைத்து நதிகளும் இரு மாநில பிரச்சனை களில் சிக்கி தவிக்கின்றன. ஆனால் தாமிரபரணி மட்டுமே நம் மாநிலத்திலேயே தோன்றி முழுமையாக நம் மாநிலத்திலேயே ஓடி நமக்கு பயனளிக்கிறது.

இங்கு பன்னாட்டு குளிர்பான நிறுவனங்களுக்கு 70 ஏக்கர் நிலங் களை 98 ஆண்டுகளுக்கு அரசு குத்தகைக்கு அளித்துள்ளது. பத்து லிட்டர் தண்ணீரை 37 பைசாவிற்கு விற்கிறார்கள்.

தாமிரபரணியை நம்பி நெல்லை மாவட்டத்தில் மட்டும் 20 கூட்டு குடிநீர் திட்டங்கள் உள்ளன. இந்த கூட்டு குடிநீர் திட்டங்களுக்கு சமீப நாட்களாக 50% தண்ணீர்கூட விநியோகம் செய்ய முடிய வில்லை.

தூத்துக்குடியில் இரண்டு திட்டங்களின் மூலம் தொழிற்சாலை களுக்கு வழங்கப்பட்ட நீர் நிறுத்தப்பட்டுள்ளது. நீர் தட்டுப்பாடு உச்சத்தில் இருக்கும் சூழ்நிலையில் எங்கிருந்து உபரிநீர் வரும்?

நெல்லை சிப்காட் வளாகத்தில் இயங்கி வரும் கோக், பெப்சி போன்ற அன்னிய குளிர்பான நிறுவனங்களுக்கு தாமிரபரணி தண்ணீர் வழங்குவதை தடை செய்ய வேண்டுமென மதுரை உயர்நீதிமன்ற கிளையில் வழக்குகள் தொடரப்பட்டன. தற்காலிக தடையும் பெறப்பட்டது.

ஆனால் தாமிரபரணி நதியில் உபரிநீர் உள்ளதாக அரசு தரப்பு தெரிவிக்கவும் மதுரை உயர்நீதிமன் கிளை தாமிரபரணியிலிருந்து குளிர்பான நிறுவனங்களுக்கு நீர் வழங்கலாம் என்று உத்தரவிட்டது. இதன் தொடர்ச்சியாக பல்வேறு அமைப்புகள் போராட்டத்தை நடத்தி வந்தன.

நாம் இங்கே தாமிரபரணி கரையில் போராடுகிறோம். நம் தொண்டர்கள் தாமிரபரணி நதியில் இறங்கிவிடக் கூடாதென ஏராளமான காவல் துறையினர் வரிசையாக நிற்கின்றனர். நாம் தாமிரபரணி நதிக்குள் இறங்குவதையோ போராடுவதையோ அரசு விரும்பவில்லை. ஆனால் கோக், பெப்சி ஆலைகளுக்கு நீர் தருவதை விருப்பத்துடன் செய்கின்றது இந்த அரசு.

உள்நாட்டிலேயே அனைத்துப் பொருட்களும் தயாராக வேண்டும் என்று பிரதமர் மோடி 'மேக் இன் இண்டியா' திட்டத்தை அறிவித்தார். அனைத்தும் இந்தியாவிலேயே தயாராக வேண்டும் என்று கூறி விட்டு நமது நீரை வெளிநாட்டு குளிர்பானங்களுக்கு கொடுப்பது ஏன்? இந்தியா முழுவதும் 27 இடங்களில் பன்னாட்டு குளிர்பான கம்பெனிகளுக்கு அனுமதி கொடுத்துள்ளனர்.

எந்த இடத்திலும் மக்களின் அனுமதியின்றி இயற்கை வளங்களை யாரும் எடுக்க முடியாது என்ற சூழல் உருவாக வேண்டும்.

சென்னை உயர்நீதிமன்ற மதுரை கிளை தாமிரபரணி நதியிலிருந்து நீர் எடுக்க அனுமதி வழங்கியது துரதிருஷ்டவசமானது. நீதி மன்றங்கள் யதார்த்தத்தை உணர்ந்து தீர்ப்புகளை வழங்க வேண்டும்.

இயற்கை வளங்களை பாதுகாப்பதில் எப்போதும் செங்கொடி முதலிடத்தில் இருக்கும். இயற்கை வளங்களை சுரண்ட யாரையும் அனுமதிக்க முடியாது. தொடர்ந்து போராடுவோம் என்று

போராட்டக் குழுவினர் அறிவித்தனர்.

இந்தியாவெங்கும் உள்ள நதிகளில் உபரிநீர் என்பது இல்லை என்று மத்திய அரசின் நீர்வளம் சார்ந்த அறிக்கை சொல்கிறது. ஆனால் தாமிரபரணியில் உபரிநீர் இருப்பதாக தனியார் நிறுவனங் களுக்கு ஆதரவாக அறிக்கை கொடுக்கப்பட்டுள்ளது.

எனவே தாமிரபரணியில் எவ்வளவு உபரிநீர் உள்ளது. எவ்வளவு நீர் தனியார் நிறுவனங்களுக்கு வழங்கப்படுகிறது, என்ன விலைக்கு வழங்கப்படுகிறது என்பதை ஒரு சுதந்திரமாக இயங்கும் குழு ஒன்றினை உருவாக்கி ஆய்வு செய்து ஆற்வறிக்கையை பகிரங்கமாக வெளியிட வேண்டும்.

அப்போதுதான் உண்மை தெரியும். வெளிநாட்டு நிறுவனங்களுக்கு தண்ணீர் வழங்குவதை கண்டித்து வரும் 18 ஆம் தேதி நெல்லை பெருந்திரள ஆர்ப்பாட்டம் ஒன்றினை நடத்த உள்ளோம். தாமிர பரணியை காத்து நமது அடுத்த தலைமுறையிடம் ஒப்படைக்க வேண்டிய கடமை நமக்கிருக்கிறது என்பதை நாம் ஒவ்வொருவரும் நினைவில் கொள்ள வேண்டும் என்ற கருத்தும் தாமிரபரணி பிரச்சனை தொடர்பாக முன்வைக்கப்பட்டது.

கேரளாவில் ஒரு குடம் தண்ணீரையோ, ஒரு பிடி மண்ணையோ முறைகேடாக எடுக்க முடியாது. இங்கு எல்லாமே தலைகீழாக நடந்து வருகிறது.

தமிழகம் முழுவதும் பெரும் வறட்சி நிலவுகிறது. நெல்லை, தூத்துக்குடி மாவட்டங்களின் பல ஊர்களில் கடும் குடிநீர் பஞ்சம் நிலவுகிறது. 10 நாட்களுக்கு, 15 நாட்களுக்கு ஒரு முறை தான் பல ஊர்களில் குடிநீர் மக்களுக்கு வழங்கப்படுகிறது.

அன்று ஆங்கிலேயர்கள் உப்பிற்கு வரி விதித்ததால் எளிய மக்கள் உப்பை வாங்க முடியவில்லை. எனவே உப்பு சத்தியாகிரகம் நடந்தது. இன்று நாம் நமது நீரை மிகக் குறைந்த விலைக்கு அந்நிய நாட்டு நிறுவனங்களுக்கு விற்கிறோம். எனவே வரும் நாட்களில் எளிய மக்கள் தண்ணீரை எளிதில் பெற முடியாது. எனவே தண்ணீ ருக்காக தண்ணீர் சத்தியாகிரகம் நடத்தும் நிலை ஏற்பட்டுள்ளது.

தாமிரபரணியிலிருந்து நீர்நிலைகளுக்கு நீர் கொண்டு செல்லும் பாசனக் கால்வாய்களும், நீர்நிலைகளும் தூர்வாரப்பட்டு வெகு நாட்களாகின்றன. இதனால் மழைக்காலத்தில் உள்ள நீரை நம்மால் சேமிக்க முடியவில்லை.

உபரிநீர் என்பது எப்போதும் கிடைப்பதில்லை. முறையான சேமிப்பு வசதிகள் இல்லாததால் மழைக் காலத்தில் மட்டுமே குறிப்பிட்ட அளவு நீர் உபரிநீராக கடலில் கலக்கிறது. ஆனால் மற்ற காலங்களில் குடிநீருக்கு போராடும் நிலைமைதான் உள்ளது.

தாமிரபரணியில் அளவிற்கு அதிகமாக அள்ளப்படும் மணல் பல இடங்களில் சங்கமிக்கும் கழிவுநீர் போன்ற பிரச்சனைகளையும் கவனத்தில் கொள்ள வேண்டும்.

■

3. நிலத்தடி நீர் யாவருக்கும் சொந்தம்

நிலத்தடி நீரை வீணடிக்காமல் நிர்வகிக்க நீராதாரங்களை கட்டுக்குள் வைக்க, நீர் வளத்தை பெருக்க, இப்போதுள்ள நீராதாரங்கள் கெடாமலும், குறையாமலும் காக்க மாதிரி வரைவு சட்டம் ஒன்றை மத்திய அரசு உருவாக்கி மக்களின் பார்வைக்கும் ஆலோசனைக்கும் வைத்திருக்கிறது.

நாட்டின் பல மாநிலங்கள் இன்னும் தண்ணீர் பற்றாக்குறையால் தவித்து வருகின்றன. அதற்கு காரணம் நிலத்தடி நீரை வரம்பில்லாமல் உறிஞ்சிப் பயன்படுத்தியதுதான்.

அவசரத் தேவைக்கு மட்டும் பயன்படுத்த வேண்டிய நிலத்தடி நீர் தான் நம்முடைய பாசனத் தேவையில் 65% பூர்த்தி செய்கிறது. கிராமப்புறங்களிலும், நகர்ப்புறங்களிலும் குடிநீர்த் தேவையில் 80%ஐ பூர்த்தி செய்கிறது.

ஓடும் நீர், நிலத்தடி நீர் ஆகிய இரண்டையும் உள்ளடக்கிய ஒருங்கிணைந்த கொள்கையிலும் நிர்வாகக் கட்டமைப்பும் உருவாக்கப்பட வேண்டும்.

விவசாயத்துக்கு தரும் இலவச மின்சாரமானது நீர்வளம் மிகக் குறைவாக இருக்கும் மாநிலங்களில்கூட கரும்பு, நெல், கோதுமை சாகுபடியைத் தொடர்ந்து மேற்கொள்ள விவசாயிகளை தூண்டி வந்துள்ளது.

குறைந்தபட்சம் கொள்முதல் விலை என்ற ஆதார விலைக் கொள்கை யும் தண்ணீர் அதிகம் தேவைப்படும் பயிர்களுக்கு சாதகமாகவே வகுக்கப்பட்டது. இதனால் விவசாயிகள் சாகுபடி என்றாலே நெல், கோதுமை, கரும்பு என்று தான் தேர்வு செய்தார்கள். புன்செய் பயிர்களும், எண்ணெய் வித்துக்களும், இதர பயிர்களும் முக்கியத்துவம் பெறாமல் போயின.

பாசன வாய்க்கால்கள் தடுப்பணைகள், நீர்த்தேக்கங்கள் போன்ற வற்றுக்கு அரசுகள் செலவிடாததால் நதிநீர்வளம் அதிகம் உள்ள மாநிலங்களில்கூட விவசாயத்துக்கு நீர் கொண்டு செல்லப்படாத தால், நிலத்தடி நீரை முடிந்த மட்டும் உறிஞ்சி எடுத்து சாகுபடி செய்வது வழக்கமாகி விட்டது.

மத்திய நிலத்தடி நீர் ஆணையம் என்ற அமைப்பு உள்ளாட்சி மன்றங்களின் ஆலோசனையை பெறாமலேயே நிலத்தடி நீரைப் பயன்படுத்துவோருக்கு தடையில்லாச் சான்றுகளை வழங்கிக் கொண்டிருக்கிறது. இந்த ஏற்பாடு உடனடியாக நிறுத்தப்பட வேண்டும்.

நிலம் ஒருவருக்கு சொந்தமாக இருந்தாலும் அந்த நிலத்தடியில் உள்ள நீரை பொது பயன்பாட்டுக்கு பயன்படுத்துவது தொடர்பான இப்போதைய சட்டம் காலத்துக்கு பொருந்தாது.

இந்நிலையில் நிலத்தடி நீர் நிர்வாகச் சட்டம் இதை எந்த அளவுக்கு பொதுப் பயன்பாட்டுக்கு சாதகமாக பயன்படுத்தும் என்பது தெளிவுபடுத்தப்பட வேண்டும்.

நிலத்தடி நீர் பயன்பாட்டைப் பொறுத்தமட்டில் கிராமங்களில் உள்ள பயனாளிகள் அமைப்பு முறையாகச் செயல்பட்டு வருவதாக கருத இடம் உண்டு. நகர்ப்புறங்களில் தொழிலகங்களும், வீடுகளும் தண்ணீரை வீணாக்காமலும், மாசுபடுத்தாமலும் சிக்கனமாகப்

பயன்படுத்துவதை உறுதி செய்ய வேண்டும். பயன்படும் தண்ணீரை அளக்க மீட்டர்களைப் பொருத்துவதை கட்டாயமாக்க வேண்டும்.

நீர் நிர்வாகம் என்பது ஒற்றை அம்சத்தை மட்டுமே கொண்ட கொள்கையாக இருக்க முடியாது. கிராமப்புறம், நகர்ப்புறம் இரண்டிலுமே தண்ணீர் வளத்தை பெருக்குவதற்கும், சிக்கனமாக செலவழிப்பதற்கும், தூய்மை கெடாமல் காப்பதற்கும் சம நோக்குள்ள கொள்கையாக இருக்க வேண்டும்.

நீர்வள நிர்வாகம் தொடர்பாக உள்ளாட்சி மன்றங்களுக்கு அதிகாரம் அளிக்கப்பட வேண்டும் என்று வரைவு சட்ட வாசகம் கூறுகிறது. ஏற்கனவே உள்ள ஏற்பாடு மாற்றப்படுமா? புதிய நிர்வாகக் கட்டமைப்பு உருவாக்கப்பட வேண்டுமா? என்பதை இது தெளிவாக்க வேண்டும்.

∎

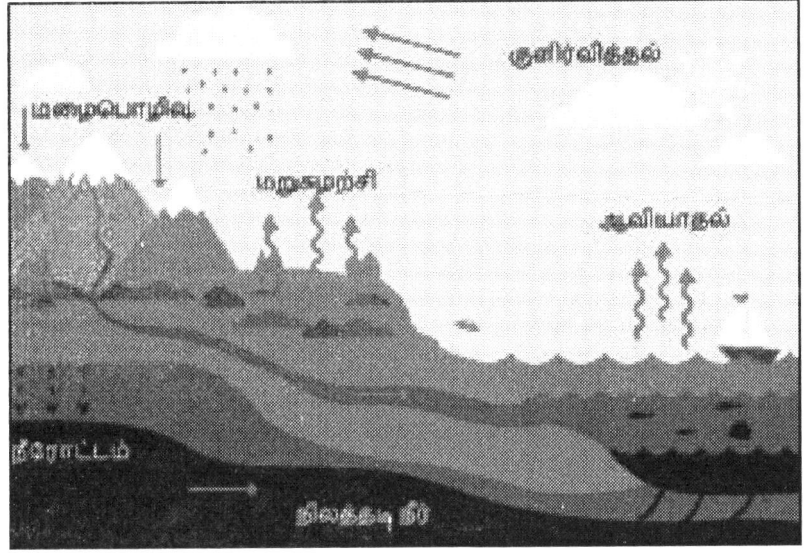

4. நிலமிருந்தும் நீர் இல்லை

தமிழகத்தின் நீர் மேலாண்மை மேம்பாடு என்பது மிகவும் கவலைக்கிடமாக இருக்கிறது. காவிரி, கொள்ளிடம் ஆற்றுப் படுகையில் ஒரு காலத்தில் கைகளால் தோண்டினாலே தண்ணீர் பீய்ச்சிக் கொண்டு வெளிவரும். ஆனால் சமீபத்தில் அங்கு போர் வெல் போட்டபோது 200 அடிக்கு கீழ்தான் தண்ணீர் தென்பட்டிருக் கிறது.

தமிழகத்தின் நீர்வழிகள் இல்லாத பகுதிகள் எல்லாம் இதைவிட அபாயத்தில் இருக்கின்றன. விவசாயத் தேவைகளைத் தாண்டி குடிநீர்த் தேவைக்கு கூட நீர் இல்லாத நிலை உருவாகியிருக்கிறது.

திண்டுக்கல் மேற்கு தொடர்ச்சி மலைக்கு அருகே உள்ள பாச்சலூர் அடிவாரத்தில் சமீபத்தில் 200 ஏக்கர் சுற்றளவில் 20 ஆழ்துளைக் கிணறுகள் தோண்டப்பட்டன. அதில் 14 ஆழ்துளைக் கிணற்றில் 800 அடிக்கு மேல் தோண்டியும் நீர்வரத்து சுத்தமாக இல்லை. அபரிமிதமான ஆழ்துளை கிணற்று நீருக்கென அறியப்பட்ட பொள்ளாச்சி பகுதிகளில் 1200 அடி தோண்டியும் தண்ணீர் இல்லை என்று கண்ணீர் வடிக்கிறார்கள் விவசாயிகள்.

எதிர்பார்த்த மழை இதுவரை கிடைக்கவில்லை என்ற புள்ளி விபரம்தான் நமக்கு கிடைக்கிறது.

இந்நிலையில் ஆழ்துளைக் கிணறுகளை ரீசார்ஜ் செய்யும் நடவடிக்கைகளில் நாம் கவனம் செலுத்துவது உடனடி தேவை யாகும்.

கர்நாடகா, ராஜஸ்தான் போன்ற மாநிலங்களில் இத்திட்டம் முன்னெடுக்கப்பட்டு நடைமுறையில் இருந்து வருகிறது. மூன்று வருடங்களாக தொடர் வறட்சியில் இருக்கும் கர்நாடகா அரசு இத்திட்டத்தை மிகச் சிறப்பாக செய்து வருகிறது.

அரசு சார்பில் மட்டும் கடந்த சில வருடங்களில் 10,000க்கும் மேற்பட்ட ஆழ்துளைக் கிணறுகளை ரீசார்ஜ் செய்திருக்கிறார்கள்.

கர்நாடகா மழைநீர் வாரியத்தின் மூலம் சுத்தமாக நீர் இல்லாத 20000 கிணறுகளை செப்பனிட்டு மறுபடியும் நீரை கொணர்ந்திருக் கிறார்கள்.

நிலமிருந்தும் நீர் இல்லை என்றால் என்ன செய்வது. ஆழ்துளைக் கிணறுகளில் நீரில்லை எனும்போது விவசாயப் பரப்பு மிகவும் சுருங்கிக் கொண்டிருக்கிறது.

இருக்கிற ஆழ்துளைக் கிணறுகளுக்கு ஒட்டிய மாதிரியே நான்கு பக்கமும் சுற்றி பத்துக்கு பத்து குழி தோண்டி அதில் ஆற்றுமண் அல்லது நிலக்கரி, கிணற்றுச் சரளைக்கற்கள், கருங்கல் ஆகிய வற்றைக் கொட்டி அமைக்கப்படும் இந்த ரீசார்ஜ் முறை அதிக பயன்களை அளிப்பதாக கூறப்படுகிறது.

ஆழத்தில் உள்ள நீரோட்டத்தை இழுத்துப் பிடிப்பதாகவும் மழை கிடைக்கும்போது இந்தக் குழியின் வழியாக இறங்கும் நீர் ஆழ்துளைக் கிணற்று நீர் மட்டத்தை மேம்படுத்துவதாகவும் விளக்கமளிக்கப்படுகிறது.

தமிழகத்தின் ஓராண்டு தேவைக்கான நீரின் அளவு 54395 மில்லியன் கனமீட்டர். இதே அளவுடன் பெருகும் மக்கள் தொகையோடு கணக்கிட்டால் வரும் 2050ஆம் ஆண்டில் தமிழகத்தின் நீர்த்தேவை

57725 மில்லியன் கனமீட்டராக உயரும் என்று எதிர்பார்க்கப் படுகிறது.

கூடுதலாக்த் தேவைப்படும் 3 மில்லியன் கனமீட்டர் நீருக்கும் பருவமழை பொய்த்துப் போகும் காலங்களில் தேவைப்படும் நீருக்கும் இனிமேல் தமிழகம் என்ன செய்யப் போகிறது என்பது கேள்விக்குறியாக உள்ளது.

தண்ணீர் பயன்பாடு குறித்து மக்களுக்கு இன்னும் விழிப்புணர்வு ஏற்படவில்லை. தண்ணீர் சிக்கனம் இனி வருங்காலத்தில் கண்டிப் பாக பின்பற்ற வேண்டிய அடிப்படைப் பண்பாக மாற வேண்டும். எரிபொருளுக்கு இணையாக நீரைப் பயன்படுத்த வேண்டிய நிலைக்குத் தள்ளப்பட்டுள்ளதால் நீராதாரங்களை வாழ்வியலுக் கான அடிப்படை ஆதாரங்களாகப் பார்த்தல் மிகவும் அவசியம்.

தண்ணீர் பெறுவது என்பது சவாலாகி வரும் நிலையில் வரும் காலங்களில் நிலத்தடி நீரைப் பெருக்கவும், பாதுகாக்கவும், வீணாக கடலில் கலக்கும் தண்ணீரை ஏரி, குளங்களில் நிரப்பும் முயற்சியை உடனடியாக தொடங்குவதுமே இன்னும் கால் நூற்றாண்டு காலத்தில் எதிர் கொள்ளப் போகும் குடிநீர்ப் பஞ்சத்துக்கு தீர்வாக இருக்க முடியும்.

■

5. நீர்நிலைகள் மீதான அத்துமீறல்கள்

நம்முடைய பூமிப்பரப்பில் 71 சதவீதப் பகுதியினை நீர் ஆக்கிரமித்துக் கொண்டு இருக்கிறது. ஆனால் மனிதகுலம் தண்ணீர் பஞ்சத்தால் தத்தளிப்பதன் காரணமென்ன?

நாம் நீர் நிலைகள் மீது தொடர்ந்து காட்டி வரும் அத்துமீறல்களும் அலட்சியப் போக்கும்தான் என்பதை யாரும் மறுக்க முடியாது.

தண்ணீர் என்பது தேடி அலையும் பொருளாக மாறிவிட்டது. கடல்நீர் உப்புகரிக்கிறது என்ற காரணத்தால் அதனைத் தவிர்த்து விட்டோம்.

ஆறு, குளம், ஏரி, கிணறு என பல்வேறு நீர் ஆதாரங்களை நம்பி இருந்த நாம் இன்று ஆழ்துளை கிணறு மூலம் தண்ணீர் தேடியும் பயனில்லை.

உலகின் முதல் உயிர் தண்ணீரில்தான் தோன்றி இருக்க வேண்டும் என்று வரலாறு சொல்கிறது. அதன் தொடர்ச்சியாகத்தான் தாயின் கருவில் வளரும் குழந்தைகள் பனிக்குடத்தில் சுவாசிக்கின்றன என்று கூறுகிறார்கள். ஆக இந்த பூமியில் உயிருள்ளவரை வாழ்வதற்கு

ஆதாரமாய் இருப்பது தண்ணீர்தான். அதனால்தான் தண்ணீரைத் தேடிய வாழ்க்கைப் பயணத்தில் இன்று மனித குலம் வியர்வை சிந்திக் கொண்டிருக்கிறது.

காடுகளை எல்லாம் அழித்து விட்டோம். நீர்பரப்பு சுருங்கிப் போனதை காணத் தவறி விட்டோம். நூற்றுக்கணக்கான நீர்நிலை களை ஆக்கிரமித்து அடுக்குமாடி குடியிருப்புகளை கட்டி விட்டோம். குடியிருக்க வீடு தயாரித்து முடித்தபோதுதான் குடிக்க நீர் தந்த குளம் காணாமல் போனதை மருண்டு பார்க்கிறோம்.

தமிழகத்தில் இருக்கும் லட்சக்கணக்கான ஏக்கர் தரிசு நிலங்களில் கோடை உழவு செய்து வைக்கலாம். நீர்நிலைகளை தூர்வாரி வரப்புகளை உயர்த்தி கட்டுவதன் மூலம் மழைநீரை சேகரிக்கலாம். அதன் மூலம் நிலத்தடி நீரும் உயரும்.

நிலங்களில் 'புளூடிங் முறை' என்னும் வெள்ளமாக நீரை நிலத்தில் பாய்ச்சும் முறை மற்றும் வாய்க்கால் மூலம் நீரை பாய்ச்சும் முறைகளை முழுவதுமாக நிறுத்த வேண்டும்.

சொட்டு நீர், தெளிப்பு நீர் பாசன முறைகளை பின்பற்ற வேண்டும். நீர் ஆவியாவதை தடுக்க பண்ணைக் கழிவுகள் மூலம் மூடாக்கு கொண்டு மூட வேண்டும்.

தென்னந்தோப்புகளில் இரண்டு வரிசைக்கு இடையில் இரண்டு அடி ஆழத்தில் அரையடி அகலத்தில் வாய்க்கால்கள் எடுத்து தென்னைக் கழிவுகளை போட்டு பாசனம் செய்வதன் மூலம் வறட்சியான காலத்திலும் மரங்களைக் காப்பாற்றலாம்.

நீர்நிலைகளில் நீர் செறிவூட்டும் தண்டு எனப்படும் ஆழ்துளை அமைப்புகளை அமைப்பதன் மூலம் மழைக்காலத்தில் நீர்நிலை களின் உபரிநீரை வீணாக்காமல் மண்ணில் செலுத்துவதன் மூலம் நீர் மட்டத்தை கணிசமாக உயர்த்தலாம்.

இதுபோன்ற நீர் சேமிப்பு உத்திகளை கடைப்பிடித்தால் வேளாண் நிலங்களுக்கு பயிரிட தேவையான நீரை எளிதாகப் பெற்று பயிர் உற்பத்தியை பெருக்க முடியும்.

நாட்டின் வடக்கு மற்றும் வடகிழக்கு மாநிலங்களில் மூன்று ஆண்டுகளாக பருவமழை பொய்த்ததால் கடும் வறட்சி நிலவியது. அதற்கு நேர்மாறாக இந்த ஆண்டு கொட்டித் தீர்த்த கனமழையால் பெரும்பாலான மாநிலங்களில் வெள்ளப்பெருக்கு ஏற்பட்டு கோடிக் கணக்கானோர் பெரும் பாதிப்புக்குள்ளாகியுள்ளனர்.

உத்தரபிரதேசம், பீஹார், வடகிழக்கு மாநிலங்கலான அசாம், மணிப்பூர், நாகலாந்தில் பெய்த கனமழையால் அந்த மாநிலங்கள் வெள்ளத்தில் மிதந்தன.

மகாராஷ்டிர மாநிலம் மும்பையில் சமீபத்தில் ஒரே நாளில் கொட்டித் தீர்த்த கனமழையால் மக்களின் இயல்பு வாழ்க்கை பாதிக்கப்பட்டது.

அதே மாநிலத்தில் கடந்த ஆண்டு ஏற்பட்ட கடும் வறட்சியால் ஆயிரக்கணக்கான விவசாயிகள் வாழ்வாதாரத்தை இழந்து பலரும் தற்கொலைக்கு தள்ளப்பட்டனர்.

நீர் பற்றாக்குறையால் ஏற்படும் வறட்சி, அதிக நீர்வரத்தால் ஏற்படும் வெள்ளத்திலிருந்து மக்களைக் காக்க தேசிய நதிகளை இணைக்கும் திட்டத்தை நிறைவேற்றும் முனைப்புடன் மத்திய அரசு செயல்பட துவங்கி உள்ளது.

பல துறைகளின் தடையில்லா சான்றுகள் கிடைத்துள்ள நிலையில் முதற்கட்டமாக உத்தரபிரதேசம், மத்தியப் பிரதேசம் இடையே பாயும் நதிகளை இணைக்கும் பணிகள் துவங்க உள்ளது.

முதற்கட்டமாக உத்தரபிரதேசம், மத்திய பிரதேசம் பகுதியில் பாயும் கென்-பெட்வா நதிகள் இணைப்பு பணிகள் மேற்கொள்ளப் படும். காடுகள் புலிகள் சரணாலயம், பல கிராமங்கள் இடையே நதிகள் இணைப்பு பணி நடக்க உள்ளதால் இத்திட்டவரை படத்தின் கீழ்வரும் 10 கிராமங்களைச் சேர்ந்த ஆயிரக்கணக்கானோர் வேறு இடங்களில் குடியமர்த்தப்படுவர்.

காட்டுப்பகுதியில் அணை மற்றும் நீர்வழித்தடம் அமைக்கப் பட்டாலும் வனவிலங்குகளுக்கோ இயற்கை தகவமைப்பிற்கோ எவ்வித இடைஞ்சலும் இல்லாத வகையிலும் இத்திட்டம் செயல்

படுத்தப்படும். இதன்படி நாட்டின் பல மாநிலங்களில் 60 நதிகளை இணைக்க மத்திய அரசு திட்டமிட்டு உள்ளது.

கடந்த 2002ல் பாரதிய ஜனதாவைச் சேர்ந்த வாஜ்பாய் பிரதமராக இருந்தபோதே நதிகள் இணைப்புத் திட்டத்தை செயல் படுத்த தீவிர முயற்சி மேற்கொள்ளப்பட்டது.

எனினும் அந்த நேரத்தில் பல மாநிலங்களில் வெவ்வேறு அரசியல் கட்சிகள் ஆட்சி செய்ததால் அந்தந்த மாநில அரசுகள் நதிகள் இணைப்புத் திட்டத்திற்கு எதிர்ப்பு தெரிவித்தன.

ஆனால் தற்போது பெரும்பாலான மாநிலங்களில் பாரதிய ஜனதா, ஆட்சி செய்வதால் இந்த சூழ்நிலையில் தேசிய நதிகள் இணைப்புத் திட்டத்தை செயல்படுத்துவதில் சிரமம் இருக்காது.

நதிநீர் இணைப்பு திட்டத்தில் மிகப்பெரிய அணைகள் கட்டமைப் படுவதன் மூலம் அதிகளவு மின் உற்பத்தி செய்யப்படும். இதன் மூலம் மின் பற்றாக்குறை மாநிலங்களுக்கும் மின்சாரம் கிடைக்கும்.

பூமிக்கடியில் ராட்சத குழாய்கள் அமைக்கப்பட்டு அதன் வழியே நதிநீர் வழிப்பாதை உருவாக்கப்பட்டு பிற நதிகளுடன் இணைக்கும் திட்டமும் உள்ளது.

∎

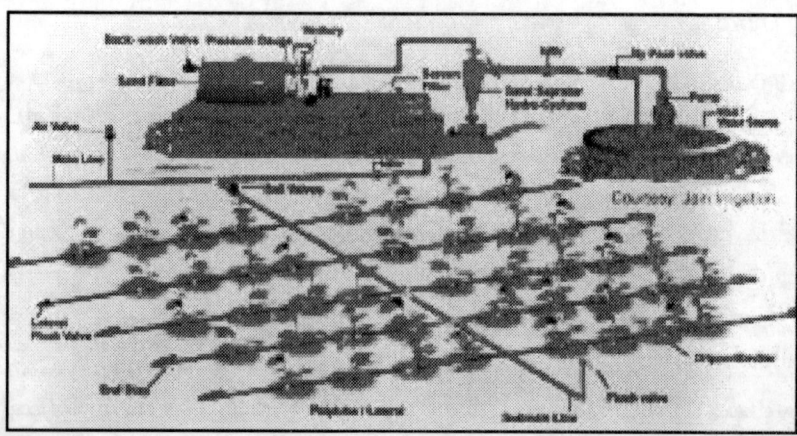

6. மறுசீரமைக்க வேண்டிய நீர்நிலைகள்

ஆக்கிரமிக்கப்பட்டிருக்கும் நீர்நிலைகள் பற்றியும், நீர்நிலைகளில் கழிவுநீர் கலப்பதை தடுப்பது பற்றியும் அவ்வப்போது நாம் பேசிக் கொண்டுதான் இருக்கிறோம்.

ஆனால் செயல்பாடு என்ற நிலை வரும்போது விவாதங்களிலேயே இந்த விசயம் நீர்த்துப் போய் விடுகிறது என்பதுவே பாதி உண்மை.

பெரும்பாலான மழைநீர்க் கால்வாய்கள் இன்னும் தூர்வாரப் படவில்லை. சாலைகளின் உயரம் அதிகரித்துக் கொண்டே இருக்கிறது.

தனியார் வணிக நிறுவனங்களால் ஆக்கிரமிக்கப்பட்டிருக்கும் நீர்நிலைகள் தொடர்பாக எந்த நடவடிக்கையும் இல்லை.

நீர்நிலைகளை மீட்பதற்கு தக்க நடவடிக்கைகள் எடுக்க முன்வராத பட்சத்தில் மனிதனால் உருவாகும் பேரழிவுகள் தொடர்வதை தடுக்க முடியாது.

நிலப்பகுதிகளை மறுசீரமைப்பதற்கான செயல்முறையை ஒவ்வொரு மண்டலத்திற்கும் தனித்தனியே அமைக்க வேண்டும். நகரத்தை நீரியல் கண்ணோட்டத்தில் வகைப்படுத்த வேண்டும்.

ஏரிகளை மீட்பதில் பொதுவான கண்ணோட்டத்தில் அணுகுவதில் சிரமங்கள் உண்டு. முதலில் சதுப்பு நிலப்பகுதிகளை வகைப்படுத்த வேண்டும்.

50 ஆண்டுகளுக்கு முன்னர் சுமார் 15,000 ஏக்கர் பரப்பளவில் இருந்த பள்ளிக்கரணை சதுப்பு நிலத்தின் இன்றைய பரப்பு 1500 ஏக்கர் தான். பள்ளிக்கரணைக்கும், வேளச்சேரிக்கும் இடைப்பட்ட பகுதி 2015 டிசம்பர் வெள்ளத்தில் மிக மோசமாக பாதிக்கப்பட்ட பகுதிகளில் ஒன்று.

அதற்குக் காரணம் இந்த மொத்த பகுதியும் கடல் மட்டத்திலிருந்து வெறும் 0 முதல் 2 மீட்டர் உயரத்தில் இருப்பதுதான்.

மற்ற ஏரிகளிலிருந்து வரும் நீரெல்லாம் இந்த சதுப்பு நிலத்தில் வந்து கலக்கிறது. நிபுணர்கள் இந்தப் பகுதி குடியிருப்பு வளர்ச்சிக்கு உகந்த தில்லை என்று தெரிவிக்கிறார்கள். ஆனாலும் இந்தப் பகுதியில் பெரிய குடியிருப்புகள் எழுப்பப்படுகின்றன.

வில்லிவாக்கம் ஏரியைப் பொறுத்தமட்டில் 1972 ஆம் ஆண்டு இந்த நீர்நிலையின் பரப்பளவு 214 ஏக்கர். இன்று 'ஜிஐஎஸ் மேப்பிங்'கில் பார்க்கும் போது 20 ஏக்கர் மட்டும்தான் மிச்சமிருக்கிறது.

கடந்த 30 ஆண்டுகளில் 'சிட்கோ' தொழிற்பேட்டையும் சிட்கோ நகரும் இந்த ஏரிக்கரையில் விரிவடைந்து 80 சதவீத ஏரி நிலத்தை ஆக்கிரமித்து விட்டன.

2005ல் ஏற்பட்ட வெள்ளத்தின்போது பெரும்பாலான வெள்ளநீர் இந்த ஏரியைத்தான் வந்தடைந்தது. அப்போது பெரிய பாதிப்புகள் எதுவும் இந்தப் பகுதியில் ஏற்படவில்லை.

ஆனால் 'ஜிஐஎஸ்' தரவுகளின் முதற்கட்ட ஆய்வுகளின்படி முக்கிய மான ஆக்கிரமிப்புகள் கடந்த மூன்று ஆண்டுகளில்தான் ஏற்பட்டிருப்பது தெரிய வந்திருக்கிறது.

அதிலும் 2014ஆம் ஆண்டிலிருந்து மெட்ரோ ரயில் கட்டுமான குப்பைகளை இந்த ஏரியில் கொட்டுவதால் ஏரி இன்னும் சீரழிந் திருக்கிறது. இது மழைநீர் ஏரியில் நுழைவதைத் தடுத்திருக்கிறது.

அதனால்தான் கடந்த ஆண்டு வெள்ளநீரை ஏரியில் தேக்கி வைக்க முயன்றபோது சிட்கோ நகரை 15 நாட்கள் வெள்ளநீர் சூழ்ந்து நின்றது. இந்தப் பகுதியின் மழைநீர்க் கால்வாய்கள் தூர்வார ப்படாமல் குப்பைகளாலும், கழிவுகளாலும்தான் அடைப்பட்டிருக் கின்றன.

1980 களில் சிட்லபாக்கம் செம்பாக்கம் ஏரிகள் பாசனத்துக்குப் பயன்படுத்தப்பட்டு வந்தன. இந்த ஏரிகளில் இருக்கும் நீர் செம்பாக்கம் அஸ்தினாபுரம் பகுதிகளில் நீர் தொட்டிகளில் நிரப்ப பயன்பட்டது.

கடந்த பல ஆண்டுகளாக இந்த ஏரிகள் குப்பைகள், கழிவுகள், மருத்துவமனைக் கழிவுகளால் நிரம்பி வழிகிறது. இந்த சிட்லப்பாக்கம் ஏரி 80 ஏக்கரிலிருந்து 40 ஏக்கராகக் குறைந்துள்ளது.

மேலும் சாலையின் உயரத்தை அதிகரிப்பதும் இந்தப் பகுதியில் ஒவ்வொரு பருவமழையின் போது வெள்ளம் வருவதற்கு காரண மாக அமைகிறது.

பல்லாவரம் பெரிய ஏரியை மறுசீரமைக்க வைத்துள்ள கோரிக்கை இன்னும் தீர்ந்தபாடாயில்லை.

மேற்கு குரோம்பேட்டையையும், கிழக்கையும் பல்லாவரம் பெரிய ஏரியில் இணைப்பதற்கு 2 பெரிய நீர்க்கால்வாய்கள் இருக்கின்றன. கட்டபொம்மன் கால்வாயின் நீளம் 33 அடியிலிருந்து 7 அடியாகக் குறைக்கப்பட்டிருக்கிறது.

துர்க்கை அம்மன் கால்வாய் முற்றிலும் ஆக்கிரமிக்கப்பட்டுள்ளது. ஜி.எஸ்.டி. சாலையில் மேற்கிலிருந்து கிழக்கு வரை நீளும் இந்தக் கால்வாய்களில் ஏற்படும் அடைப்பு இந்தப் பகுதியில் வெள்ளம் வருவதற்கு காரணமாக இருக்கின்றன.

குரோம்பேட்டையைப் பல்லாவரம் பெரிய ஏரியுடன் இணைக்கும் கால்வாய்கள் 30 அடியிலிருந்து 60 அடி வரை கொண்ட அகலத் துடன் இருந்தன. ஆனால் இன்ற அவை பெரிய அளவில் ஆக்கிர மிக்கப்பட்டுள்ளன. குரோம்பேட்டை பகுதியில் இருக்கும் ஏரியின் 70 சதவீதப் பரப்பில் குடியிருப்புகள் நிறைந்துள்ளன.

அத்துடன் பல்லாவரம் நகராட்சி இந்த ஏரியில் 20 சதவீதத்தை குப்பைக் கிடங்காக பயன்படுத்தி வருகிறது. குப்பைகளை அகற்றி ஏரியை மறுசீரமைக்க வேண்டும் என்று பல்லாவரம் நகராட்சிக்க தேசிய பசுமைத் தீர்ப்பாயம் உத்தரவிட்டுள்ளது.

திருப்பனந்தாள் ஏரியையும் அடையாறையும் இணைக்கும் முழுக் கால்வாய் கட்டுநர்களாலும் தனியார் வீடுகளாலும் மிக மோசமாக ஆக்கிரமிக்கப்பட்டுள்ளது. அதனால் இந்தக் கால்வாய் முதல் 50 மீட்டருக்கு 4 அடியிலிருந்து 6 அடியாகக் குறைக்கப்பட்டுள்ளது.

தூர் வாரப்படாமல் பிளாஸ்டிக் கழிவுகள் குப்பைகள் என முழுமையாக நிரம்பியிருக்கும் இந்தக் கால்வாயில் நீரோட்டம் பெரிய அளவில பாதிக்கப்பட்டுள்ளது. இந்தக் கால்வாய் பம்மலில் ஒரு சிறிய குளத்தில் முடிவடைகிறது.

அது முழுக்க கட்டுமானக் கழிவுகளால் நிரம்பியிருக்கிறது. இந்தக் கால்வாய் நிரம்பி வழியும்போது மாற்றி விடப்படும் 2 சிறிய கால்வாய்களும் பராமரிப்பின்றி பாதிக்கப்பட்டிருக்கின்றன.

கொரட்டூர் ஏரி 600 ஏக்கர் பரப்பில் விரிந்துள்ளது. இந்த நன்னீர் ஏரி முறையாகப் பராமரிக்கப்பட்டால் சென்னையின் குடிநீர் பிரச்சனையைத் தீர்க்க முடியும் என்பது மறுக்க முடியாத கருத்தாகும்.

இந்தக் கொரட்டூர் சதுப்பு நிலப்பகுதி நிலத்தடி நீர் வளம் மிக்கது. இதன எல்லைகளில் பனை மரங்கள் வேலி போல் சூழ்ந்துள்ளது. இந்த ஏரியின் பல இடங்களில் ஆக்கிரமிப்புகளை பார்க்க முடிகிறது. வணிக நிறுவனங்களும், கட்டுநர்களும் இந்தப் பகுதியை குப்பைகளையும், கழிவுகளையும் கொட்டுவதற்கு பயன்படுத்துகிறார்கள். அத்துடன் இந்த சதுப்பு நிலம் ஆமைகள் போன்ற நீரிலும், நிலத்திலும் வாழும் உயிரினங்களுக்கான வாழிடம்.

இந்த பன்முகத் தன்மை கொண்ட வாழ்விடத்தை எப்படி பாதுகாப்பது என்ற அக்கறையை பலரும் வெளிப்படுத்துகிறார்கள்.

இந்த சதுப்பு நிலத்தை சுற்றி குடியிருப்புப் பகுதிக்ளின் ஆக்கிர மிப்பு அதிகரித்துக் கொண்டே போவதால் சதுப்பு நிலத்தின் எல்லைகள் படிப்படியாக குறைந்து வருகின்றன.

2013ஆம் ஆண்டு நடைபெற்ற மேற்பரப்பு நீர்தர ஆய்வில் ஈயம், பாதரசம், கேட்மியம், குரோமியம் போன்ற வேதிப் பொருட்கள் இந்த ஏரி நீரில் அதிக அளவில் கலந்திருப்பது தெரிய வந்துள்ளது.

நாராயணபுரம் ஏரி 200 அடி ரேடியல் சாலையாலும், பேட்மின்டன் திடல், கோயில் போன்றவற்றாலும் இரண்டாகப் பிளவுபட்டிருக் கிறது. இந்த ஏரியின் கொள்ளளவு உயர வேண்டுமானால் ஆகாயத் தாமரைகள் நீக்கப்பட வேண்டும்.

கீழ்க்கட்டளை - நாராயணபுரம் ஏரிகளையும் இணைக்கும் கால்வாய் முதல் நூறு மீட்டர் தாண்டிய பிறகு ஆக்கிரமிப்புகளுக்கு உள்ளாகியிருக்கிறது.

இந்தக் கால்வாயின் உண்மையான அகலம் 60 அடி. ஆனால் தனியார் குடியிருப்புகள் கால்வாயின் அகலத்தை 40 அடியாக குறைத்திருக்கிறது.

இன்னும் சில இடங்களில் கால்வாயைக் காணவே முடியவில்லை. இந்தக் கால்வாயின் வழியேதான் உபரி நீர் பள்ளிக்கரணை சதுப்பு நிலத்துக்கு செல்ல வேண்டும்.

இந்தக் கால்வாய் முழுக்கவும் குப்பைகளாலும், கட்டுமான கழிவு களாலும் தான் நிரம்பியிருப்பதால் வெள்ளம் வருவதற்கான சாத்தியங்கள் அதிகமாக இருக்கின்றன.

■

7. மன்னர் காலத்தில் நீர் மேலாண்மை

நீர்நிலை ஆதாரங்களை பராமரிப்பதிலும், நிர்வகிப்பதிலும் பண்டைய மன்னராட்சி முறையிலும், கிராம சபைகளும் சட்ட திட்டங்களும் மிகவும் முன்னோடியாக திகழ்ந்து வந்திருக்கிறது.

நீர்நிலைகளை கடவுளாக வணங்கித் தொழுது அதன் மாண்பு குறையாமல் பாதுகாத்து வந்திருக்கின்றனர் பண்டைய கிராம மக்கள்.

ஆண்டுதோறும் ஏரிகளை ஆழமாக்கி கரையை பலப்படுத்தும் பணியை ஏரி வாரிய பெருமக்கள் செய்து வந்துள்ளனர்.

திருவிளையாடல் புராணத்தில் பிட்டுக்கு மண் சுமந்த படலத்தில் சிவபெருமானே வைகை வெள்ளக் கரையடைக்கும் பணியில் மண் சுமந்த புராண வரலாறு கூறப்படுகிறது.

ஏரி பராமரிப்பு என்பது பண்டைய காலத்தில் மிகவும் முக்கியத் துவம் வாய்ந்த பணியாக கருதப்பட்டது. ஏரியை பாதுகாக்க தனியாக நிலம் அளிக்கப்பட்டது. இவ்வாறு வழங்கப்பட்ட நிலம் ஏரிப்பட்டி எனப்பட்டது. குளங்களை பாதுகாக்க அளிக்கப்பட்ட நிலம் குளப்பட்டி என்றழைக்கப்பட்டது.

ஏரியிலிருந்து நீர் வெளியேறுவதற்கும் முறைப்படுத்தி நீரை அனுப்புவதற்கும் மடை, கலுங்கு, மதகு, தூம்பு, குமிழி போன்ற அமைப்புகள் அமைக்கப்பட்டன.

ஆதித்த சோழன் காலத்தில் குண்டூரை சேர்ந்த பெருந்தட்டான், மாறன், குவாவன் என்பவனால் திருச்சி - புதுக்கோட்டை சாலையில் உள்ள பெரிய ஏரியில் பழமையான குமிழி அமைக்கப்பட்டதை கல்வெட்டுச் செய்தி ஒன்று கூறுகிறது.

அதுபோலவே இந்தப் பகுதியில் செம்பியன் மாதேவி பேரேரி என்ற ஏரியில் ராஜராஜன் தூம்பு, ராஜராஜன் வாய்க்கால் என்று அழைக்கப்படும் அமைப்புகள் உள்ளன.

புதுக்கோட்டை பகுதியில் ஏரி, குளம், ஏம்பல், ஊருணி, கிணறு, குழி என்று பல்வேறு பெயர்களில் நீர்நிலைகள் இருப்பதை அறியலாம்.

ஏரியில் நீர் குறைவாக இருப்பதால் வெவ்வேறு பக்கம் உள்ள நிலத்திற்கு குறிப்பிட்ட நேரம் நீர் பங்கீட்டு முறையில் பாய்ந்தது குறித்து குடுமியான் மலை கல்வெட்டுச் செய்தி கூறுகிறது.

அக்காலத்தில் மன்னர்கள் நீர் மேலாண்மை மிகச் சிறப்பாக கையாளப்பட்டிருந்தது கல்வெட்டுச் செய்திகள் கூறும் கருத்தாக உள்ளது.

மழையால் ஏரிகள் உடைந்தது பற்றியும், ஆண்டுதோறும் ஏரியின் கரை பாதுகாப்பது பற்றியும், ஏரியின் வண்டல் மண்ணை அகற்றுவது பற்றியும் பல்வேறு தகவல்கள் கூறுகின்றன.

எல்லோருக்கும் தண்ணீர் கிடைக்க வேண்டும் என்ற நல்ல நோக்கத் துடன் முறை வைத்து பணிகள் நடைபெற்று வந்துள்ளது.

ஏரியை ஆழப்படுத்தும் பணி 'ஏரிக்குழித்தல்' என்று கூறப்படுகிறது. இத்தகைய ஏரி ஆழப்படுத்தும் பணி தனிமனித தானக்கொடை மூலமும் நடைபெற்றுள்ளதாக கல்வெட்டுப் பதிவு கூறுகிறது.

நங்கவரம் என்ற ஊரில் உள்ள குளத்தை ஓடத்தில் சென்று குளத்திலிருந்து மண் எடுத்து குளத்தை ஆழமாக்க கொடும் பாளூரைச் சேர்ந்த ஒருவன் தானியம் தானமளித்துள்ளான்.

நாள்தோறும் ஆறு ஆள் மண் தோண்டி கரைக்கு கொண்டு செல்ல வேண்டும். ஒரு நடைக்கு 140 கூடை மண் வர வேண்டும். இம்மாதிரி ஒரு நாளைக்கு நான்கு முறை கொண்டு வர வேண்டும் எனவும் இதற்கு கூலியாக 365 கலம் நெல் அளிக்கப்பட்டது என்றும் பதிவுகள் உள்ளன.

ஏரி பராமரிப்பு செலவை ஈடுகட்டும் முகமாக ஏரியிலிருந்து பிடிக்கப்படும் மீனுக்கு பாசிப்பட்டம் என்ற வரி விதிக்கப் பட்டுள்ளது.

மக்கள் தம்மிடையே கருத்து வேற்றுமை வந்தால் ஊரில் பொது வாக இருக்கும் சில ஏரி, ஏரிக்கரையில் இருக்கும் மரங்கள், வயல் களுக்கு செல்லும் வாய்க்கால்கள் ஆகியவற்றுக்கு எவ்வித சேதமும் செய்யக்கூடாது. மீறியவர்களுக்கு கடும் தண்டனை பெறுவர் என்று கீரனூர் கல்வெட்டுச் செய்தியில் பதிவு உள்ளது.

ஏரி பராமரிப்புக்கும், நிர்வாகத்திற்கும் அருமையான சான்றாக கடம்பேரி பற்றிய தகவல் கூறுகிறது.

கடம்பேரியை ஆண்டுதோறும் வாரியம் ஆழப்படுத்தி வந்திருக் கிறது. இப்பணிகளுக்காக ஏரி நீர் பாயும் எல்லா நிலங்களுக்கும் 'ஏரி ஆயம்' எனும் வரி விதிக்கப்பட்டது.

முதலாம் ராஜராஜன் காலத்தில் இரு மர அளவுள்ள நிலத்துக்கு பதக்கு நெல் வீதம் ஏரி ஆயம் வசூலிக்கப்பட்டது.

இந்த கணக்குகளை சரிபார்க்க 'ஏரிக்கணக்கன்' என்ற ஒருவர் நியமிக்கப்பட்டிருந்தார். இந்த ஏரியை பாகூர் மக்கள் ஒவ்வொரு வரும் ஆண்டுதோறும் ஒரு குழி அளவுள்ள மண்ணை அப்புறப் படுத்தி ஏரியை ஆழப்படுத்தும் பணியை செய்ய வேண்டும்.

இப்பணியை செய்யாதவருக்கு நான்கு பொன் அபராதம் விதிக்கப் பட்டதாக பதிவுகள் கூறுகிறது.

ஏரியைப் போலவே ஆற்றின் கரைகளையும் சோழ மன்னர்கள் அவ்வப்போது பாதுகாத்து பராமரித்து வந்துள்ளனர்.

கிராம நிர்வாகத்தை பண்டை காலத்தில் ஊர் சபைகள் கவனித்து வந்தன. கிராமத்தின் பல்வேறு பணிகளை கவனிக்க பல்வேறு வாரியங்கள் இருந்தன. திருச்சி மாவட்டத்தில் திருவெறும்பூருக்கு அருகில் உள்ள உய்யகொண்டான், ஆற்றின் கரையில் சோழ மாதேவி என்ற கிராமம் உள்ளது. இவ்வூர் கோவிலுள்ள கல்வெட்டில் 'உய்யகொண்டான் ஆற்று வாரியம்' என்ற அமைப்பு குறிப்பிடப்பட்டுள்ளது.

அக்காலத்திய மன்னர்கள் ஏரி, குளங்களை உருவாக்கி தம் பெயர்களை பின்னர் மக்கள் பேசும்படியாகச் செய்துள்ளனர்.

முதலாம் ராஜேந்திர சோழன் கங்கை சமவெளி வெற்றி காரணமாக 'கங்கைகொண்டான் சோழன்' என்று புகழ் பெற்றான். தன் வெற்றியின் காரணமாக கங்கையிலிருந்து கொண்டு வந்த நீரை 'சோழகங்கம்' எனும் ஏரியை அமைத்து அதில் கங்கை நீரை ஊற்றி நீர்நிலை ஏற்படுத்தினான் என்பது வரலாற்றுச் செய்தி. இன்று அந்த ஏரி பொன்னேரி என்று அழைக்கப்படுகிறது.

கிணறுகளுக்கு கூட பெயரிட்டு அழைக்கப்பட்டதை அறிய முடிகிறது. திருவெள்ளறையில் உள்ள கிணற்றுக்கு 'மார்ப்பிடுகு பெருங்கிணறு' என்று பெயர்.

பல்லவ மன்னன் பரமேசுவர வர்மன் காலத்தில் கூரம் எனும் கிராமத்தில் 'பரமேச்சுர தடாகம்' எனும் ஏரி அமைக்கப்பட்டது. இதற்கு பாலாற்றிலிருந்து நீர் கொண்டு வர பெரும் பிடுகுக்கால் எனும் கால்வாய் தோண்டப்பட்டது.

திருவெறும்பூர் கோவில் நிலங்களுக்கு நீர் பாய்ச்சுவதற்காக மதகுடன் கூடிய வாய்க்கால் வெட்டப்பட்டது. இதற்கு உத்தமசீலி வாய்க்கால் என்று பெயரிடப்பட்டது. முதலாம் பராந்தக சோழனின் மகன் பெயர் உத்தமசீலியாகும்.

ஒரு நாட்டின் அரசன் நற்புகழோடு இருக்க வேண்டுமெனில் நீர் நிலைகளை அமைத்து உணவு உற்பத்திக்கு செயல்பட வேண்டும் என்ற பண்புக்கு இலக்கணமாக பண்டைய காலம் இருந்ததற்கு அன்று அமைக்கப்பட்ட ஏரி, குளங்களும் பராமரிப்பு முறைகளுமே சாட்சியமாக இருந்துள்ளது.

■

8. மணல் எடுக்காவிட்டால் வீடு எப்படிக் கட்டுவது?

மணல் கொள்ளையைத் தடுக்க எடுக்கப்பட்ட சட்டரீதியான முன்னெடுப்புகள் எல்லாம், மணல் எடுப்பதில் பல்வேறு புதிய விதிமுறைகளை உருவாக்கின.

ஆனால் அதற்கேற்ப மணல் கொள்ளையடிக்கும் ஸ்டைலை மாற்றிக் கொண்ட மணல் மாஃபியாக்கள் விதிமுறைகளை எல்லாம் மீறி மணல் கொள்கைகளை அரங்கேற்றினர்.

தமிழ்நாடு சிறு தாதுக்கள் சலுகை விதிகள் பின்வருமாறு கூறுகிறது.

அதிகபட்சம் மூன்று அடி ஆழத்துக்கு மட்டுமே மணல் அள்ளப்பட வேண்டும். இயந்திரங்களைப் பயன்படுத்தக் கூடாது.

காலை 6 மணி முதல் மாலை 6 மணி வரை மட்டுமே அள்ளப்பட வேண்டும். குடிநீர் கிணறு இருக்கும் இடங்களில் ஒரு கிலோமீட்டர் தொலைவுக்கு அப்பால்தான் அள்ள வேண்டும்.

தரைப்பாலம், மேம்பாலம் இருக்கும் இடங்களில் 100 அடி தூரத் துக்கு மணல் அள்ளக் கூடாது எனப் பல விதிகள் உள்ளன. ஆனால்

இந்த விதிகளில் ஒன்றுகூட கடைப்பிடிக்கப்படுவது இல்லை என்பது தான் உண்மை.

சில இடங்களில் 10 மீட்டர் ஆழம் வரை மணல் ராட்சத இயந்திரங்கள் மூலம் சுரண்டி எடுக்கப்படுகிறது. பகல், இரவு வித்தியாசம் பாராமல் கரைகள், குடிநீர் தேவை கிணறுகள் என எதைப் பற்றியும் கவலைப்படாமல் மணல் கொள்ளை தொடர்ந்து வருகிறது.

மணல் எடுக்காவிட்டால் வீடு எப்படி கட்டுவது? பெரிய பெரிய கட்டடங்கள் எப்படி உருவாகும்? வளர்ச்சித் திட்டங்கள் எப்படி சாத்தியமாகும்? இதுதான் பெரும்பாலோர் கேள்வியாக உள்ளது.

உண்மையில் மணல் முற்றிலுமாக அள்ளக் கூடாது என யாரும் கூற வில்லை. விதிகளை காற்றிலே பறக்கவிட்டு மணலை அள்ள வேண்டாம் என்பதுதான் கோரிக்கை. ஆறு என்பது தங்க முட்டை யிடும் வாத்து. தங்க முட்டையை எடுத்துக் கொள்ளலாம். தங்க முட்டைக்காக வாத்தை அறுத்த கதையாகி விடக்கூடாது என்பது தான் சுற்றுச்சூழல் ஆர்வலர்களின் குரல்.

2003 ஆம் ஆண்டு மணல் குவாரிகளை அரசே ஏற்று நடத்தத் தொடங்குவதற்கு முன்பு ஆண்டு வருவாய் வெறும் 27 கோடி ரூபாய் தான். அரசு ஏற்று நடத்திய முதல் வருடத்திலேயே இது 100 கோடி ரூபாயாக உயர்ந்தது.

அதன்பின் சராசரியாக ஆண்டுக்கு 10 சதவீதம் அதிகரித்து வருகிறது. 2012-2013 நிதியாண்டில் அரசுக்கு கிடைத்து வரும் வருமானம் 188 கோடி ரூபாய்.

அரசுக்கு கணக்கு காட்டப்படும் மணலை விட 10 மடங்கு கூடுதலாக மணல் எடுக்கப்படுவதாகவும் இவை இருப்பு வைக்கப் பட்டு கூடுதல் விலைக்கு விற்கப்படுவதாகவும் புகார் இருக்கிறது.

தமிழகத்தில் மணல் கொள்ளையில் ஆயிரக்கணக்கான டிப்பர் லாரிகளும், பொக்லைன் இயந்திரங்களும் பயன்படுத்தப்படுகின்றன. இவர்களிடம் பணியாற்றும் மணல் லாரிகளுக்கான டிரைவர்கள் மட்டும் 10 ஆயிரம் பேருக்கும் அதிகம்.

மணல் அள்ளப்பட்டால் கடுமையான சூழலியல் பாதிப்பு ஏற்படும் என தெரிந்த பின்னர் அண்டை மாநிலமான கேரளா ஆற்றில் மணல் எடுக்கத் தடை விதித்து இன்று தீவிரமாக அமல் படுத்தி வருகிறது. கேரளாவில் பல ஆறுகள் ஓடுகின்றன. ஆனாலும் ஒரு நதியிலும் மணல் அள்ள அனுமதிக்கப்படுவது இல்லை.

மாநில வருவாய்த்துறை, காவல் துறையினர் இணைந்து மணல் அள்ளுவதை தடுக்க கடும் நடவடிக்கைகள் எடுக்கிறார்கள். இதனால் தங்களுக்குத் தேவையான மணலை தமிழகத்தில் இருந்தே பெறுகிறது கேரளா.

மணல் கொள்ளையைத் தடுக்க நடவடிக்கை எடுக்கும் அரசு அதிகாரிகளையும் அதை வெளிச்சம் போட்டுக் காட்ட முயலும் தன்னார்வலர்களையும் மணல் மாஃபியாக்கள் தாக்குவதும், கொலை செய்வதும் தமிழகத்தில் வாடிக்கையான ஒன்றாகி விட்டது.

மணல் கொள்ளையைத் தடுக்க முயற்சித்த பல அரசு ஊழியர்களும், சமூக ஆர்வலர்களும் உயிரையே இழந்த பின்னரும் எந்த நடவடிக்கையும் எடுக்கப்படவில்லை என்பது வருத்தத்திற்குரியது.

■

9. மணல் கொள்ளை தடுப்புச் சட்டங்கள்

    இந்தப் புவி மண்டலத்தில் பரந்துபட்டு ஓடும் நதிகள் நீரை மட்டுமின்றி செழிப்பான வண்டலையும், மணலையும் அளித்து சுற்றுச்சூழலுக்கு அரும் பங்காற்றி வருகின்றன.

இவைகளை அளவுடன் பயன்படுத்தினால் தொடர்ந்து இந்த வளங்கள் நமக்குக் கிடைக்கும். ஆனால் தற்போது உள்ள கால கட்டத்தில் தண்ணீரும், மணலும் வணிகப் பொருளான தலைமுறை யாகி விட்டன.

பருவ கால வேறுபாடு காரணமாக குளிர்காலங்களில் இறுக்க மாகவும், வெயில் காலத்தில் விரிவடைந்து இலகுவாயும் நொறுங்கு கின்றன பாறைகள்.

இவ்வாறு நொறுங்கும் பாறைகள் மழைக்காலம் வரும்போது மழைநீரின் வேகத்தால் உருட்டப்பட்டு உடைந்து சிறு, சிறு துகள் களாகி மணலாக மாற்றம் அடைகின்றன.

இத்தகைய தன்மையுடைய மணலை மனிதனால் செயற்கையாக உருவாக்கவே முடியாத ஒன்றாகும்.

இயற்கையாகவே உருவானாலும் சில மாதங்களில் அல்லது வருடங்களில் உருவாகி விடும் பொருள் அல்ல மணல். ஒரு கன அடி மணல் உருவாக குறைந்தபட்சம் நூறு வருடத்துக்கு மேல் ஆகும்.

குச்சிகளையும், கம்புகளையும் வைத்து வீடுகள் கட்டிய மனிதன், மண்ணையும், கற்களையும் வைத்து கட்டுமானங்களை அமைக்கத் தொடங்கிய போதுதான் கட்டுமானப் பணிகளுக்கு மணல் பயன் படத் தொடங்கியது.

உலக மயமாக்கலின் காரணமாக 1990 ஆம் ஆண்டுகளில் பல பன்னாட்டு நிறுவனங்கள், இந்தியத் தொழில் மற்றும் கட்டுமானத் துறையில் கால்பதித்தன. நிலங்களின் மதிப்பு எக்கச்சக்கமாய் உயர்ந்தன.

அடுக்குமாடி குடியிருப்புகளில் வாழ்வது தான் சந்தோஷமான வாழ்க்கை என அடையாளப்படுத்தப்பட்டு எங்கு பார்த்தாலும் அடுக்குமாடி குடியிருப்புகளும், நிறுவனங்களுமாக நகரங்களை அலங்கரிக்கத் தொடங்கின.

இந்தக் கட்டுமானப் பணிகளுக்கு எல்லாம் மணல் அதிகளவில் தேவைப்பட மணல் எடுப்பதில் நவீன முறைகள் புகுத்தப்பட்டது. அதுவரை மாட்டு வண்டியில் சுமந்து மணலை எடுத்து வந்த நிலை யில் மணல் எடுக்கும் தொழிலில் களம் இறங்கிய நிறுவனங்கள், மணல் அள்ள இயந்திரங்களைப் பயன்படுத்த தொடங்கி ஒரே நாளில் பல டன் கணக்கில் மணல் அள்ளத் தொடங்கினர்.

கட்டுமான நிறுவனங்களோடு மறைமுக கூட்டணி வைத்திருந்த அரசியல் பிரமுகர்கள்தான் மணல் தொழிலிலும் ஆதிக்கம் செலுத்தினர்.

விஸ்வரூபம் எடுத்த கட்டுமானத் தொழிலுக்கு தீனி போட, ஆற்றங்கரைகள் மணல் குவாரிகளாக மாற்றப்பட்டன.

கோடிக்கணக்கில் வருவாய் ஈட்டித் தரும் தொழிலாக மணல் விற்பனை மாறிவிட்டது. குத்தகை அடிப்படையில் ஏலம் எடுத்து ஆறுகளில் மணல் எடுக்கும் பணி தீவிரமடைந்தது. இப்படித்தான் மணல் கொள்ளை என்பது 1990 களில் விஸ்வரூபம் எடுத்தது.

ஆறுகளைக் காப்பதற்காக ஆங்கிலேயர் ஆட்சிக் காலத்தில் இருந்து இன்றுவரை போடப்பட்டுள்ள சட்டங்களும் விதிமுறை களும் எவ்வளவோ இருந்தும் அவை நடைமுறையில் பெரிதும் பலனளிப்பதாகத் தெரியவில்லை.

ஆறுகளைக் காப்பதற்காக 1884ல் ஆற்றுப் பாதுகாப்புச் சட்டம் ஒன்றை ஆங்கிலேய அரசு கொண்டு வந்தது. இன்றும் அந்தச் சட்டம் நடைமுறையில் உள்ளது.

அந்தச் சட்டத்தின்படி ஆற்றின் இருபுறமும் வெள்ளக் கரைகளுக்கு அப்பால் 100 அடிவரை மண் அல்லது மணல் அள்ளக்கூடாது.

தேவைக்காக மணல் எடுக்க வேண்டுமெனில் குறிப்பிட்ட ஆற்றுக்குப் பொறுப்பான பொதுப்பணித் துறை அலுவலரிடம் விண்ணப்பிக்க வேண்டும். விண்ணப்பித்த 30 நாட்களுக்குள் அந்த அலுவலர் மணல் எடுக்க உத்தேசித்திருந்த இடத்தைப் பார்வை யிட்டு மணல் எடுப்பதனால் ஆற்றின் பாதுகாப்பிற்கு இடையூறு உள்ளதா என்பதை ஆய்வு செய்தபின் சில விதிகளுடன் அனுமதி வழங்குவார்.

மணல் எடுப்பதை எப்போது வேண்டுமானாலும் தடுக்கும் அதிகாரம் அந்த அலுவலருக்கு உண்டு. விதிகளை மீறி மணல் அள்ளினால் சிறைத் தண்டனையுடன் ரூ.50 அபராதமும் விதிக்கப் படும்.

சென்னை பஞ்சாயத்துக்கள் சட்டம் 1958 (Madras Panchayat Act 1958) சட்டப் பிரிவு 84ன் படி பஞ்சாயத்துக்களுக்கு ஏரி, குளங்கள் மீது உரிமைகள் இருந்தன. எனவே ஆறு, குளங்களில் மணல் அள்ளுவதை அனுமதிப்பது கிராமப் பஞ்சாயத்துக்களின் அதிகார வரம்பிற்குட் பட்டது.

1993 ஆம் ஆண்டு கொண்டு வரப்பட்ட அரசியல் சட்டம் 73வது திருத்தப்படி பஞ்சாயத்துக்களுக்கு கூடுதல் அதிகாரம் வழங்கப் பட்டது. இந்த அடிப்படையில் உள்ளாட்சி அமைப்புகளுக்கு அந்தந்த மாநில அரசுகள் சட்டம் இயற்றின.

இதன்படி சென்னை கிராமப் பஞ்சாயத்து சட்டம் 1958லிருந்து பிரிவுகள் 83 மற்றும் 85, 1994ஆம் ஆண்டு தமிழ்நாடு பஞ்சாயத்துச் சட்டத்தில் பிரிவு 132 மற்றும் 133 ஆகவும் சேர்க்கப்பட்டன.

பஞ்சாயத்துகளுக்கு நீர் நிலைகளிலிருந்து உரிமை வழங்கிய பிரிவு 84 புதிய பஞ்சாயத்துக்கள் சட்டத்தில் நீக்கப்பட்டது.

பிரிவு 85ல் வழங்கப்பட்ட அதிகாரம் புதிய பஞ்சாயத்துகள் சட்டத்தின் பிரிவு 133ன் படி மாவட்ட ஆட்சியாளர்களுக்கு அளிக்கப்பட்டது.

அதோடு நீர்நிலைகள் பஞ்சாயத்துகளிடம் ஒப்படைக்காமல் பஞ்சாயத்து ஒன்றியங்களிடம் அளிக்கப்பட்டுள்ளது.

இவ்வாறு பஞ்சாயத்துகளிடமிருந்து அதிகாரங்கள் பறிக்கப்பட்டு மாவட்ட ஆட்சியாளரிடம் அளிக்கப்பட்டதன் விளைவு ஆறுகளில் நடைபெறும் மணற்கொள்ளையைப் பார்த்தாலே தெரிய வரும்.

1957ல் மத்திய அரசு ஆற்று மணலை சிறு கனிமம் என்று வகைப்படுத்தியது. இந்திய அரசின் சுரங்கங்கள், கனிமங்கள் 1957 சட்டத்தின் வழிகாட்டுதலின் உருவான தமிழ்நாடு சிறு கனிமங்கள் பயன்பாட்டு விதிகளின்படி ஆற்றில் உள்ள மணல் 'சிறு கனிமம்' என்று வரையறுக்கப்பட்டு மாவட்ட ஆட்சியாளருக்கு மணல் உரிமையாக்கப்பட்டது.

ஆறுகளில் மணல் அள்ளுவதைக் கட்டுப்படுத்துவதற்கு பதிலாக, இச்சட்டம் மணல் அள்ளுவதை குத்தகைக்கு விடுவதைக் குறித்த சட்டமாக கருதப்படுகிறது.

ஆற்றில் இயந்திரங்கள் மூலம் மணல் அள்ளுவதை இச்சட்டம் அனுமதிக்கவில்லை.

பிறகு 19.04.2004ல் ஒரு அரசு ஆணையின்படி அரசு தொழில்துறை செயலாளர் அனுமதியுடன் இயந்திரங்கள் பயன்படுத்தலாம் என்று சட்டம் திருத்தப்பட்டது.

எல்லா இடங்களிலும் ராட்சச இயந்திரங்கள் மூலம் மணல் சுரண்டப்படுவதைக் காண்கிறோம். யாருக்காக இந்தத் திருத்தம்

கொண்டு வரப்பட்டது? அப்பாவி விவசாயிகள் குளங்களில் தூர் வாரினால் அவர்களைக் கைது செய்ய இச்சட்டம் வருவாய்த் துறையினரால் பயன்படுத்தப்படுகிறது.

1996 ல் காவிரி ஆற்றில் மாயனூர் பகுதியில் ராட்சத இயந்திரங் களின் உதவியுடன் மணல் அள்ளப்பட்டது. வெளியாட்கள் எளிதில் உள்ளே போக முடியாது. இந்த இடத்தில் 25 ஹெக்டேர் பரப்பில் 5 ஆண்டுகளுக்கு மணல் அள்ள ஒருவருக்கு அனுமதி வழங்கப் பட்டிருந்தது.

ஆனால் அங்கு மணல் அள்ள ஏதுவாக நடு ஆறு வரை ரோடு போட்டு சிறிய அணையே உருவாகியிருந்தது.

நாளொன்றுக்கு 300 லாரிகள் கோவை, ஈரோடு பகுதிகளில் அதிக விலைக்கும் அதைவிட அதிக விலையில் கேரள மாநில பாலக் காட்டிலும் விற்கப்பட்டது.

அந்தக் கிராம மக்களுக்கு அவர்களுடைய குடிநீர் ஆதாரத்திற்கு ஆபத்து வந்ததும் மணல் அள்ளுவதற்கு எதிர்ப்பு தெரிவித்தனர்.

அவர்களை அடக்க குண்டர்களைக் கொண்ட கூலிப்படை மணல் கொள்ளையர்களால் ஏவி விடப்பட்டது.

மணல் விற்பனை அதிகரித்ததன் மூலம் கருப்பு பண பதுக்கல்கள் அதிகரித்தது. மேலும் மணல் குவாரிகளை குத்தகைக்கு எடுப்பதில் சாதி மற்றும் அரசியல் மோதல்களும் அதிகரித்தன.

இத்தகைய குத்தகைதாரர்களின் மீதான புகார்கள் சென்னை உயர்நீதிமன்றத்தில் ஏராளமாக பதிவு செய்யப்பட்டன. எனவே இது தொடர்பாக நிபுணர் குழு அமைத்து அரசு விசாரித்தது.

அந்தக் குழு மணல் குவாரிகளை அரசே ஏற்று நடத்தலாம் என யோசனை சொல்ல அதை ஏற்றார் அன்றைய முதல்வராக இருந்த ஜெயலலிதா.

அந்தக் குழு பரிந்துரையின்படி 2003ஆம் ஆண்டு அக்டோபர் மாதத்தில் இருந்து அதுவரையில் குத்தகை அடிப்படையில் தனியாரால் ஏலம் எடுத்து நடந்து வந்த மணல் குவாரிகளை

2003ஆம் ஆண்டு தமிழக அரசு வசமாகி தமிழக பொதுப் பணித்துறையால் மணல் விற்பனை நடைபெற்றது.

மணலை தனியார் விற்பதை விட அரசு விற்பனை செய்யும் போது வருமானம் நேரடியாக அரசை சென்று சேரும். சட்டம் ஒழுங்கு பிரச்சனைகள் தவிர்க்கப்படும் என்பதால் இந்த முறைக்கு பல்வேறு தரப்பிலும் வரவேற்பு இருந்தது. பொதுப்பணித்துறை சார்பில் மணல் நேரடியாக விற்கப்பட்டது. மாவடட ஆட்சியர் அதனைக் கண்காணித்தார்.

ஆனால் இது சில மாதங்களே நீடித்தன. சில மாதங்களுக்குப் பின்னர் மணல் அள்ளுதல் மற்றும் ஏற்றுதல் குத்தகை எனும் பெயரில் மறுபடியும் தனியாருக்கு அனுமதிக்கப்பட்டது. குத்தகை மறுபடியும் ஒரே நபரிடம் வழங்கப்பட்டது.

குவாரிகளில் இருந்து மணல் எடுப்பது அதை லாரிகளில் கொண்டு செல்வதுதான் இந்த குத்தகைதாரர்களின் வேலை. மணல் தேவைப் படுபவர்கள் இவர்களை நாட வேண்டும் என்ற நிலை உருவானது.

பின்னாளில் மணல் சேமிப்புக் கிடங்குகளுக்கான அனுமதியைப் பெற்று மணலை இருப்பு வைத்து விற்கத் தொடங்கினர். இதனால் அரசு மணல் குவாரிகளை ஏற்று நடத்தினாலும், அதிகாரம் முழுவதும் தனியாரிடமே இருந்தன.

அரசு ஒரு யூனிட் மணலுக்கு நிர்ணயிக்கும் விலை ரூ.305. மூன்று யூனிட் மணலுக்கான விலை ரூ.915 மட்டுமே. ஆனால் இது வெளியில் 10 மடங்குக்கும் மேலாக அதாவது ரூ.10 ஆயிரம் முதல் 15 ஆயிரம் வரை விற்கப்பட்டது.

2003 ஆம் ஆண்டில் இருந்து மக்கள் வாங்கும் மணலின் விலை மட்டும் கூடவே இல்லை. ஆரம்பத்திலிருந்து கடந்த 10 ஆண்டு களாக அரசிடம் ஒரு யூனிட் மணல் ரூ.315 என்ற விலையில் தான் தனியார் பெற்று வருகின்றனர்.

இதன்படி 15000 கோடி அளவிற்கு மணல் திருட்டுத்தனமாக சந்தையில் விற்பனை செய்யப்பட்டு வருகிறது.

மணல் அள்ளும் உரிமை தனியாரிடம் கொடுக்கப்பட்ட பின்னர்தான் இயந்திரங்கள் மூலம் மணல் அள்ளுவது அனுமதிக்கப் பட்டது.

2004 ஆம் ஆண்டு ஏப்ரல் மாதம் இயந்திரங்கள் மூலமாக மணல் அள்ள அனுமதி வழங்கப்பட்டது. இதன் பின்னர் தான் மணல் கொள்ளை தீவிரமானது. அரசு, அதிகாரிகளின் ஆதரவுடன் அனுமதிக்கப்பட்ட அளவுக்கும் மேலாக போடப்பட்ட சட்டங் களை மீறி மணல் அள்ளப்பட்டது.

■

10. பணமாகவே தெரியும் மணல்

ஆற்றுமணலை சுரண்டி நிலத்தடி நீரை அழித்து விட்டு மழைநீரை சேகரிக்க நமக்கு இன்று அறிவுரை கூறிக் கொண்டிருக் கிறது அரசு.

சட்டத்தை, விதிமுறைகளை அதிகாரிகள் மதிக்காமல் இருந்து கொண்டு பாதிக்கப்படும் மக்கள் மட்டும் சட்டப்படி நடக்க வேண்டும் என்று அச்சுறுத்துகிறார்கள்.

காடு, மலை, குடிநீர், கிரானைட், தாதுமணல், பாக்சைட், இரும்பு சுரங்கம் என அனைத்தையும் சட்டப்படி கொள்ளையடிக்க தனி யாருக்கு அரசு அனுமதி அளிக்கிறது.

ஆற்றுமணல் கொள்ளையில் உள்ளூர் கவுன்சிலர் தொடங்கி வட்டம், ஒன்றியம் மாவட்டம் மாநிலம் வரை கட்சி பொறுப்புக்குத் தக்கவாறு கமிஷன் பகிர்ந்தளிக்கப்படுகிறது. மேலும் தலையாரி முதல் விஏஓ, தாசில்தார் பொதுப் பணித்துறை பொறியாளர், மாவட்ட ஆட்சியர், கோட்டாட்சியர், மந்திரி, மாசுக் கட்டுப் பாட்டு அதிகாரி, தலைமை நிலையச் செயலாளர் வரை அதிகார மட்டத்தில் கமிஷன் போகிறது.

பாதிக்கப்படும் மக்கள் எதிர்த்து போராடினால் அவர்களை காவல் துறை வைத்து பொய் வழக்கு போட்டு மிரட்டுகிறார்கள். மேலும் சாதிபாகுட்டை உருவாக்கி மக்களை மோதவிட்டு பிளவு படுத்துகிறார்கள்.

ஆற்றுமணல், தண்ணீர், இயற்கை வளங்கள் அனைத்தையும் யாரும் உருவாக்க முடியாது. இயற்கைத்தாய் மனித குலத்திற்கு மட்டும் வழங்கிய கொடை அல்ல. அனைத்து உயிரினங்களுக்கும் வழங்கப் பட்ட கொடையாகும்.

அரசு இத்தகைய வளங்களை பாதுகாக்க வேண்டும். மாறாக இயற்கை வளங்கள் அனைத்தையும் பன்னாட்டு கம்பெனிகளுக்கு விற்கிறது மத்திய அரசு.

விருத்தாசலம் மணிமுத்தாறு, வெள்ளாறு ஆகிய இரண்டு ஆறுகள் கடலூர் மாவட்டம் முழுவதும் குடிநீருக்கும், விவசாயத்திற்கு உயிர் ஆதரமாக இருக்கின்றன. தற்போது வெள்ளாறு முழுவதும் கருவேப்பிலங்குறிச்சியில் தொடர்ந்து நேமம், கார்மாங்குடி, மேலப்பாலையூர், கீழப்பாலையூர், சி.கீரனூர், மருங்கூர், தேவாங் குடி வரை வெள்ளாறு வறண்ட பாலைவனமாக முட்புதர் முளைக்கும் களிமண் தரையாக மிகக் கொடூரமாக காட்சியளிக்கிறது.

இப்பகுதியில் விவசாய பம்ப்செட்கள் தண்ணீர் எடுக்க முடியாமல் உதறுகிறது. சுற்று வட்டாரத்தில் குடியிருப்பு பகுதியில் வீட்டு போர்கள் தண்ணீர் இல்லாமல் மீண்டும் பல லட்சம் செலவு செய்து போர் போட வேண்டிய நிலை.

ஆற்று மணல் தான் பஞ்சு போல தண்ணீரை தேக்கி வைத்து நிலத்தடி நீர் மட்டம் குறையாமல் பாதுகாக்கிறது. மணலை முழுமையாக அகற்றினால் பழைய நிலைக்கு வருவதற்கு பல ஆண்டுகள் ஆகும் என்று விஞ்ஞானிகள் எச்சரிக்கின்றனர். ஆற்று மணல் முழுவதும் சுரண்டடப்படுவதால் ஆறு சாகடிக்கப்படுகிறது.

மூன்று அடிதான் மணல் அள்ள வேண்டும் என்று சட்டம் சொல் கிறது. வெள்ளாற்றில் 30 அடிக்கு மேல் அள்ளப்பட்டு ஆறு முழுவதும் கட்டாந்தரையாக்கப்பட்டுள்ளது. மாட்டு வண்டிகளை மடக்கிப்

பிடிக்கும் காவல் துறை மணல் லாரியை மடக்கிப் பிடிக்காத மர்மம் என்ன?

கொள்ளையனுக்கு மணல் அனைத்தும் பணமாக லாபமாக தெரிகிறது. நிலத்தடி நீர் வற்றி விடும் பல ஆயிரக்கணக்கான ஏக்கர் விவசாயம் பாழாகும். எதிர்கால சந்ததியினர் குடிநீருக்கு அல்லலுற நேரிடும். ஆடு, மாடு உயிரிழக்கும் அபாயம் ஏற்படும். இவை எதுவும் அரசியல்வாதிகளுக்கும், அதிகாரிகளுக்கும் கவலையாக தெரிய வில்லை என்பது கவலைக்குரிய விசயம்.

மணல் குவாரிகளை அரசுதான் நடத்துகிறது என பொதுப் பணித்துறை அதிகாரிகள் பதில் கூறுகிறார்கள். யார் எதிர்த்தாலும் ஆயிரம், லட்சம் என பணம் கொடுக்கிறார்கள். மணற்கொள்ளை யால் ஆதாயம் பெறும் பினாமி யார் என்று கூற மறுக்கிறார்கள்.

கள்ளக்கடத்தல் போல மணல் கொள்ளை நடக்கிறது. புகார் மனு கொடுத்தவரை மிரட்டுவது, அடிபணியாவிட்டால் கடலில் படை கொண்டு கொலை செய்வது என செயல்படுகிறார்கள் மணல் மாஃபியாக்கள்.

தமிழகம் முழுவதும் கனிமவளக் கொள்ளையை விசாரிக்க சகாயம் ஐ.ஏ.எஸ். தலைமையில் விசாரணைக்குழு அமைத்து சென்னை உயர்நீதிமன்றம் உத்தரவிட்டது.

மினரல் வாட்டர் கம்பெனிக்காரன் நிலத்தடி நீரை எடுத்து விட்டு ஓடி விடுவான். மணல் கொள்ளையர்கள் மணலை வாரி அள்ளி பூமியை எலும்புக் கூடாக்கி விட்டு ஓடி விடுவான்.

நம் கண்முன் இதுநாள் வரை இருந்த பூமி காணாமல் போய் விடும். எலும்புக் கூடாய் நிற்கும் பாறைக் குழிகளில் நாம் இனி எப்படி பஞ்சம் பிழைப்போம்?

பாலாறு பாழாகி விட்டது. காவிரி ஆறு காணாமல் போய் விட்டது? மூன்றாம் உலகப் போர் தண்ணீருக்கானது என்கிறார்கள். அதற்கு மணல் திருட்டே முதற்காரணம் என்பதை நினைவில் கொள் ளுங்கள்.

விதிமுறை மீறி மணல் அள்ளுவதைத் தடுக்க நியாயமான நடவடிக்கைகளை அரசு எடுக்க வேண்டும். பல அதிகாரிகள் மணல் கொள்ளைக்கு எதிராக நடவடிக்கை எடுத்தார்கள். ஆனால் அவர்கள் எல்லாம் அரசியல் காரணங்களுக்காக பந்தாடப் பட்டார்கள் என்பது மோசமான முன்னுதாரணம்.

இயற்கை வளங்களை அநியாயமாக கொள்ளையடிப்பதால் நீர் மட்டம் குறைகிறது. சுற்றுச்சூழல் பாதிக்கப்படுகிறது.

ஆற்றுப் படுகைகளில் அளவுக்கு அதிகமான மணலைச் சுரண்டுவது தாயின் மடியை அறுத்து பால் குடிப்பதற்கு சமமானது என்றெல்லாம் பல ஆண்டுகளாக சுற்றுச்சூழல் ஆர்வலர்கள் சொல்லி வந்தாலும் மணல் கொள்ளை மட்டும் தடுக்கப்படவே இல்லை.

∎

11. மண்ணுக்கும் உயிர் உண்டு

மாட்டு வண்டிகளில் மட்டுமல்ல வெறும் கைகளால் கூட மணலை அள்ளக்கூடாது என்பதுதான் சட்டவிதி.

ஆனால் இந்த விதிகளை எல்லாம் மீறிவிட்ட நிலையில் கடந்த ஆண்டுகளில் காவிரி, அமராவதி ஆறுகளில் இருந்த மணல் முற்றிலும் கொள்ளையடிக்கப்பட்டு விட்டது.

ஆட்சியில் இருந்தவர்கள் பல ஆயிரம் கோடி மதிப்புள்ள மணலை அள்ளிச் சென்று விட்டார்கள். 2011ஆம் ஆண்டு முதல் கரூர் மாவட்ட எல்லைக்குள் 12 மணல் குவாரிகளை அமைத்து அரசே மணலை விதிகளை மீறி அள்ளி ஆற்றை எலும்பு கூடாக்கியது.

காவிரி மணல் அள்ளும் கொள்ளைக்காக பயன்படுத்தப்படும் களமாகி விட்டது.

ஐந்து வருடம் மணல் அள்ளினால் அடுத்த ஐந்து வருடங்களுக்கு கைப்பிடி அளவுகூட மணல் அள்ளக் கூடாது என்கிறது விதி. ஆனால் காவிரியில் 30 அடி ஆழம் வரை மணலை அள்ளி விட்டனர்.

கரூரிலிருந்து திருச்சி வரை மணல் அள்ள அரசு வகுத்துள்ள 28 விதிகளையும் மீறி மணல் அள்ளி பல ஆயிரம் கோடி ரூபாய் முறைகேடாய் சம்பாதித்து விட்டனர்.

நூறு சதவிகிதம் மணல் கொள்ளை நடந்தது உண்மை என்று நீதிமன்றத்தில் புகார் கொடுத்தும் எந்த மணல் கொள்ளையும் நடக்கவில்லை என்று குற்றம் சாட்டப்பட்டவர் தரப்பில் விளக்கம் பெறப்பட்டதும் செய்திகளாக பவனி வந்தது.

இது ஒரு புறம் இருந்தபோதிலும் மணல் கொள்ளை நடைபெறுவது மட்டும் நிற்கவேயில்லை.

மணல் அள்ள தொடர்ந்து அனுமதித்து வந்தால் காவிரி, அமராவதி ஆறுகளின் மூலமே வாழ்வாதாரத்தை இதுவரை பெற்று வந்த பல லட்சம் விவசாயிகளின் நிலைமை மிகவும் கவலைக்கிடமாக மாறும்.

காவிரியில் இருந்து இராமநாதபுரம், தூத்துக்குடி வரை பல மாவட்டங்களுக்கு குடிநீர் தரும் நிலையும் அழிந்து பல லட்சம் மக்களுக்கு குடிக்கக்கூட தண்ணீர் கிடைக்காத நிலை ஏற்படும்.

அதனால் இனிமேல் காவிரியில் கைப்பிடி மணலை அள்ளக்கூட அனுமதிக்கக் கூடாது. அப்போது தான் கர்நாடகம் நமக்கு தண்ணீர் தரவில்லை என்றாலும் காவிரி மூலம் அந்தப் படுகை முழுக்க உள்ள பகுதிகளில் நிலத்தடி நீர் மட்டம் பாதுகாக்கப்படும்.

மண்ணுக்கும் உயிர் உண்டு. காவிரி மண்தான் கோடான கோடி நுண்ணுயிர்கள், தாவரங்கள், சிறு குறு விலங்குகள் ஆற்று ஓரம் வளரும் மரங்கள், மரங்களில் இருந்து வரும் செடி, கொடிகள், ஏராளமான வகை பறவைகள், அவற்றிற்கு உணவாக வாழும் தவளை, மீன் வகைகள் போன்ற அனைத்து உயிர்களையும் வாழ வைக்கும் உயிராக இருந்தது.

அத்தகைய மணலை காவிரியில் அள்ளியதன் மூலம் அத்தனை உயிர்களும், தாவரங்களும் அழிவைச் சந்தித்து வருகிறது.

காவிரிக்கரைகளில் உள்ள பனைமரங்களும், தென்னை மரங்களும் பட்டுப் போய்க் கொண்டிருக்கின்றன. இதனால் காவிரிப்

படுகையில் நடந்து வந்த பல்லுயிரின பெருக்கம் தடைபட ஆரம்பித்துள்ளது. இதனால் காவிரிப் படுகை மிகப்பெரும் பேரழிவைச் சந்திக்க நேரிடும்.

தமிழகத்தில் குறிப்பிடத்தக்க அளவு ஏரிகள் உள்ளன. தமிழ் நாட்டில் மொத்தம் 39,202 ஏரிகள் உள்ளன. இவற்றுள் 13,710 ஏரிகள் நீர்வள ஆதாரத் துறையின் கட்டுப்பாட்டில் உள்ளன.

மாநிலத்தில் 5.40இலட்சம் ஹெக்டேர் ஏரிகள் மூலம் நீர்ப்பாசன வசதி பெறுகிறது.

தமிழ்நாட்டில் 1000 ஏக்கர் பரப்புக்கு மேல் உள்ள 100 ஏரிகளில் முதற்கட்டமாக 25 ஏரிகளை ரூ.25 கோடியில் புனரமைக்க தமிழக அரசு உத்தரவிட்டுள்ளது.

சென்னையைச் சுற்றியுள்ள ஏரிகளின் பட்டியல் :

செங்குன்றம் ஏரி, புழல் ஏரி, செம்பரம்பாக்கம் ஏரி, செங்கல்பட்டு ஏரி, மதுராந்தகம் ஏரி, பூண்டி ஏரி, சோழவரம் ஏரி, பழவேற்காடு ஏரி.

கடலூர் மாவட்டம் :

வீராணம் ஏரி, வெலிங்டன் ஏரி, வாலாஜா ஏரி.

கிருஷ்ணகிரி மாவட்டம் :

ராமநாயக்கன் ஏரி

கோவை மாவட்டம் :

உக்கடம், பெரியகுளம், வாலாங்குளம், சிங்காநல்லூர் குளம், சூலூர்க்குளம், முத்தண்ணன் குளம், குறிச்சி குளம், செல்வ சிந்தாமணி குளம்.

சேலம் மாவட்டம் :

மூக்கேனி, எமரால்டு ஏரி, ஆட்டையாம்பட்டி ஏரி

ஈரோடு மாவட்டம் :

கெட்டிசமுத்திரம் ஏரி, பெரிய ஏரி, வேம்பத்தி ஏரி.

தமிழ்நாட்டில் மொத்தம் 36 முக்கிய ஆறுகள் இருக்கின்றன. 39 ஆயிரத்து 202 ஏரிகள் இருக்கிறது. 89 பெரிய சிறிய அணைகள் மாநிலம் முழுவதும் இருக்கின்றது. சராசரி மழை அளவு 920 மி.மீ.

இதில் வடகிழக்கு பருவமழை 48 சதவீதமும், தென்மேற்கு பருவ மழை 35 சதவீதமும், கோடை மழை 14 சதவீதமும் குளிர்கால மழை 3 சதவீதமும் பெய்து மக்களின் தண்ணீர் தேவையைப் பூர்த்தி செய்கிறது.

2016ஆம் ஆண்டில் ஜூன் முதல் செப்டம்பர் வரை பெய்யும் தென்மேற்கு பருவமழையும் அக்டோபர் முதல் டிசம்பர் வரை பெய்யும் வடகிழக்கு பருவமழையும் முற்றிலுமாக பொய்த்து விட்டது.

அனைத்து நீர்நிலைகளும் வறண்டு விட்டது. பருவமழையை எதிர்பார்த்து ஏற்கனவே குறுவை பயிரை இழந்த தமிழக விவசாயிகள் இப்போது சம்பா பயிரும் கருகி வாடி உதிர்ந்து விடும் நிலையைப் பார்த்து தான் பிள்ளையைப் போல வளர்த்த பயிர்களும் தனக்கு முன்னாலேயே கருகுவதைக் கண்டு சகித்துக் கொள்ள முடியாமல் உயிரிழப்பதும் தற்கொலை செய்து கொள்வதுமான நிகழ்வுகள் தமிழ்நாட்டில் தினந்தோறும் நடந்தேறிக் கொண்டிருக் கிறது.

1901 ஆம் ஆண்டுக்கு பிறகு இப்படியொரு பற்றாக்குறையான பருவமழையை தமிழ்நாடு சந்தித்தது இல்லை. இந்த நிலையில் தமிழ்நாட்டை உடனடியாக வறட்சி மாநிலமாக அறிவித்து விவசாயி களுக்கு தேவையான உதவிகளை வழங்க வேண்டும் என்ற பரவ லாக கோரிக்கை. தமிழ்நாடு முழுவதிலும் இருந்து ஒலித்துக் கொண்டிருப்பதை கேட்ட தமிழக அரசு அதற்கான நடவடிக்கை களை துவங்கி விட்டது.

மத்திய அரசின் புதிய வழிகாட்டுதல் நெறிமுறைப்படி 50 சதவீதத்துக்கு குறைவான மழை பெய்தாலோ, மூன்று நான்கு வாரங்கள் தொடர்ந்து ஒரு சொட்டு மழைகூட பெய்யாமல் இருந்தாலோ வறட்சி மாநிலமாக அறிவிக்கலாம்.

தமிழ்நாட்டைப் பொறுத்தமட்டில் பெரும்பாலான இடங்களில் 60 சதவீதத்துக்கு மேல் குறைவாகவே மழை பெய்துள்ளது. எனவே ஒவ்வொரு மாவட்டத்திலும் குறைந்தது 10 சதவீத அளவு கிராமங்களுக்கு அதிகாரிகள் நேரடியாகச் சென்று அங்குள்ள பயிர் நிலை குறித்து ஆய்வு செய்ய வேண்டும். அதன் பிறகு அந்த நிலை குறித்து அரசுக்கு அறிக்கை அளித்திட வேண்டும்.

இதன் அடிப்படையில் விவசாயிகளுக்கும் நிவாரணத்தொகை வழங்கப்படும் நடவடிக்கை மேற்கொள்ளப்படும்.

ஆனால் அதே சமயத்தில் குடிநீர் பற்றாக்குறையால் மாநிலத்தின் தத்தளிக்கும பல மாவட்டங்களுக்கு என்ன பதில் கூறப்போகிறது அரசு?

நீர்த்தேக்கங்களிலும் தண்ணீர் இல்லை. நிலத்தடி நீரும் குறைந்து போய் விட்டது. முன்பு இதுபோன்ற நேரங்களில் ஒரு மாவட்டத்தில் தண்ணீர் இல்லை என்றால் பக்கத்தில் தண்ணீர் உள்ள மாவட்டங்களில் இருந்து டேங்கர் லாரி மூலம் தண்ணீர் கொண்டு வரப்பட்டது.

ஆனால் இப்போது எல்லா மாவட்டங்களும் குடிநீர் பற்றாக் குறையை நோக்கி சென்று கொண்டிருக்கும் நிலையில் குடிநீர் சப்ளைக்கு என்ன செய்வது என்பதை அரசு சிந்தித்து, முடிவு செய்து திட்டங்கள் வகுக்க வேண்டும்.

நாட்டில் விவசாயிகளையும், விவசாயத்தையும் காப்பாற்ற நதிநீர் இணைப்பு மட்டுமே காலத்தின் கட்டாயம். அதுதான் நிரந்தர தீர்வு.

கங்கை இங்கே வர வேண்டும், வங்கக் கடலை தொட வேண்டும் என்ற முழக்கம் கவனத்தில் கொள்ள வேண்டியது.

கங்கை மட்டுமல்ல மகாநதி, கோதாவரி, கிருஷ்ணா, பாலாறு, காவிரி நதிகள் இணைக்கப்பட வேண்டும் என்பது நீண்ட நாளைய கோரிக்கை.

கங்கை நதியை இணைக்க முடியாவிட்டால் குறைந்தபட்சம் தென்னிந்திய நதிகளையாவது இணைக்க வேண்டும் என்ற

கோரிக்கை பிரதானப்படுத்தப்பட்டது. நதிகளை இணைக்கும் திட்டத்தை 2002 ஆம் ஆண்டு அக்டோபர் மாதம் பிரதமர் வாஜ்பாய் அறிவித்து அதற்கான செயல்திட்டக் குழுவையும் அமைத்தார். அதனை மத்திய அரசாங்கம் நிறைவேற்ற வேண்டும்.

நதிகளை இணைக்கும் திட்டம் வாஜ்பாயின் கனவுத்திட்டம் என்ற வகையிலும் நாடு முழுவதும் உள்ள விவசாகளின் வாழ்வில் வளம் சேர்க்கும் வகையிலும் இந்தத் திட்டத்தை நிறைவேற்ற வேண்டும் என்று அனைத்து கட்சிகளும் வலியுறுத்தி வருகின்றன.

தமிழக நதிகளை இணைத்தாலே ஆண்டுக்கு ரூ.5 ஆயிரம் கோடி வருமானம் வரும் என்று மறைந்த முன்னாள் ஜனாதிபதி அப்துல் கலாம் தெரிவித்துள்ளார்.

தமிழக நதிநீர் இணைப்பை 5 கட்டடங்களாக நிறைவேற்ற முடியும். விவசாயத்திற்கும் குடிநீர் தட்டுப்பாட்டிற்கும், மின்சாரத் தேவைக்கு மான குறையைப் போக்கும் அருமருந்தாக முன் வைக்கப்பட்டுள்ள நீண்ட கால கோரிக்கை நதிநீர் இணைப்பு.

ஆனால் நதிநீர் இணைப்பு ஆபத்துக்களையும், தீமைகளையம் நாமாக வரவழைத்துக் கொள்ளும் தவறான திட்டம் என்றும், மற்றும் ஒரு புறத்தில் விவாதங்கள் பெருகி வந்து கொண்டிருக் கின்றன.

நதிநீர் வீணாகச் சென்று கடலில் கலப்பதை தடுக்கத்தான் நதிநீர் இணைப்பு தேவை என்கிறார்கள். நதிநீர் ஒன்றும் வீணாக கடலில் கலப்பதில்லை. இந்த வாதம் தான் வீண் என்கின்றது ஒரு தரப்பு.

நதி எப்போதும் கூடுதலான நீரைத் தன்னுள் கொண்டிருப்பதில்லை. அதேபோல அது வீணாகச் சென்று கடலில் கலப்பதுமில்லை. நதி செல்லும் வழிகளில் உள்ள நிலங்களை வளமாக வைப்பதற்கு ஒவ்வொரு துளியும் முக்கியம்.

காடு, விவசாய நிலம் எனப் பாய்ந்தோடும் நதி தனக்குள் வண்டல் மண்ணையும் எடுத்துச் செல்கிறது. இந்த வண்டல் மண் நதியின் சுற்றுப்புறங்களில் உள்ள நிலங்களில் படிந்து அந்தப் பகுதியை

வளமாக்கி இறுதியாக கடலை அடைந்து கடலோரப் பகுதியையும் வளமாக்குகிறது. கடல்நீர் நிலப்பகுதிக்குள் வந்து விடாமல் தடுப்பதில் நதிகளின் பங்கு மகத்தானது.

இமயமலை முதல் மேற்கு தொடர்ச்சி மலை வரை சுமார் 37 முக்கிய நதிகள் பாய்கின்றன. அவற்றில் சுமார் 30 நதிகளை இணைக்க மத்திய அரசு முயற்சித்து வருகிறது.

ஒருவேளை இந்தத் திட்டம் சாத்தியமானால் அதனால் கிடைக்கும் நன்மையை விட தீமைகள் அதிகம் என்று சில அமைப்புகள் கூறி வருகிறது.

இத்திட்டத்தால் சுமார் 15 லட்சம் பேர் தங்கள் வாழும் இடத்தி லிருந்து இடம் பெயர்வார்கள். சுமார் 27 லட்சம் ஹெக்டேர் நிலங்கள் நீரில் மூழ்கும். சரணாலயங்கள், காப்பகங்கள் உள்ளடக்கிய சுமார் 1 லட்சத்து 4 ஆயிரம் ஹெக்டேர் வன நிலங்கள் மூழ்கும். இப்படி ஒரு ஆபத்தான திட்டத்தை நிறைவேற்ற சுமார் 6 லட்சம் கோடி ரூபாய் தேவை என்கிறது. அணைகள், நதிகள் மற்றும் மக்களுக்கான தெற்காசிய அமைப்பு.

மணல் கொள்ளை, தொழிற்சாலைகளிலிருந்து வெளியேறும் கழிவு, காடுகள் அழிப்பு, நீரோட்டத்தை தடுத்து அணை கட்டுவது, ஆற்றுப் படுகைகளை ஆக்கிரமிப்பது, நதிகளை இணைப்பது, உள்நாட்டு நீர்வழிப் போக்குவரத்து போன்ற காரணங்களில் பெரும்பான்மை யான நதிகள் இறந்து கொண்டிருக்கின்றன.

ஒரு நதி உயிர்ப்புடன் இருப்பதற்கு மரம் மட்டுமே போதாது. புல்வெளிகள், புதர்கள், நீர் சார்ந்த தாவரங்கள், வெள்ளப்படுகைகள் போன்றவை வளமாக இருக்க வேண்டும். ஆனால் தொடர்ந்து மணல் கொள்ளையால் வெள்ளப்படுகைகள் மறைந்து விட்டன. தொழிற்சாலைகளிலிருந்து வெளியேறும் கழிவுநீர் போன்றவற்றால் புல்லும், புதரும் காணாமல் போய் விட்டன.

மரம் நடுவதால் பயனுண்டு. ஆனால் அதுவே எல்லா சுற்றுச்சூழல் பிரச்சனைகளுக்கும் தீர்வாகி விடும் என்று கருத முடியாது. இறந்து கொண்டிருக்கும் நதிகளை மீட்க நதிக்கரையோரங்களில் மரம் நடச்

சொல்கிறார்கள். மரங்கள் நீரின் தரத்தையும், நிலத்தடி நீரையும் உயர்த்தும் என்பது ஒரு கருத்து.

வளிமண்டலத்தில் உள்ள சில மாசு கட்டுப்பாட்டுப் பொருட்களை மரங்கள் தடுக்க உதவும். அதிகளவிலான காடு வளர்ப்பு மற்றும் அதற்குத் தகுந்த நிலப்பயன்பாடு ஆகியவை சரியாக இருந்தால் மட்டுமே மரம் நட்டால் மழை பொழியும் என்ற வாதம் உண்மையாகும்.

போர்வெல் போட்டு நிலத்திலிருந்து நீரை உறிஞ்சுவதற்கான கட்டுப்பாடுகள் கொண்டு வராதவரை மரங்கள் நிலத்தடி நீரை உயர்த்தும் என்ற எதிர்பார்ப்பு பலன் தராது.

∎

12. பூமியில் மட்டுமே உள்ள நீரையும் இழந்து விடாதீர்கள்

ஒரு லிட்டர் நீரில் செய்ய வேண்டிய வேலையை மூன்று லிட்டர் நீரை வாஷ்பேசின் குழாய் மூலம் செலவழிக்கிறோம்.

நிலத்தடி நீரைப் பெறுவதற்கு எவ்வளவு மின்சாரம் செலவானாலும் மின்கட்டணம் செலுத்துவதற்கு தயாராகவே இருக்கிறோம்.

தொலைதூரங்களிலிருந்து 500 லிட்டர் முதல் 6000 லிட்டர் வரை லாரிகளில் கொண்டு வரப்படும் நீருக்கு எவ்வளவு பணமும் செலவழிக்க தயாராக உள்ளோம்.

நாம் வீணாக சிந்தும் ஒரு லிட்டர் தண்ணீரைப் பெற பூமிக்கடியில் ஆயிரம் அடி ஆழத்திற்கு செல்ல வேண்டிய நிலைக்கு தள்ளப் பட்டிருக்கிறோம்.

மழைநீரை முறையாக சேமிக்காமல் இருப்பதும் நீர்நிலைகளை பாதுகாக்காமல் இருப்பதும் மழைக் காலங்களில் நதிகளில் ஓடும் தண்ணீர் கடலில் கலந்து வீணாவதை வேடிக்கை பார்ப்பதுமே இன்றைய குடிநீர் பஞ்சத்துக்கு முக்கிய காரணம்.

மழை பெய்யும் காலங்களில் மழைநீரை ஒவ்வொரு கிராமத்திலும் குளங்களில் சேமிக்க வழி செய்தாலே பெரும்பாலான இடங்களில் நிலத்தடி நீர்மட்டம் அதலபாதாளத்துக்கு போய் இருக்காது.

மிகப்பெரிய தொழில்நுட்ப வளர்ச்சி ஒரு புறம் இருந்தாலும் தண்ணீரே நம்முடைய வாழ்வின் ஆதாரம்.

சரியான திட்டமிடல் இல்லாத காரணத்தால் 2025ல் கடுமையான தண்ணீர் பஞ்சம் ஏற்படும் என்று எச்சரிக்கின்றனர் நிபுணர்கள். பருவநிலை மாற்றம் புவி வெப்பமடைதல் அதிகரித்து வரும் மக்கள் தொகை போன்ற காரணங்களால் உலகின் பல்வேறு நாடுகளில் நீர் பற்றாக்குறை ஏற்பட்டுள்ளது.

உலகில் 19 நாடுகள் 50 சதவீதத்திற்கும் மேலான தண்ணீர் தேவைக்கு அண்டை நாடுகளையே நம்பி உள்ளன. தொழில்நுட்ப வளர்ச்சி இன்றைய தொழில்நுட்ப வளர்ச்சிக்கு ஏற்ப தண்ணீரின் பயன்பாடும் உபயோகமும் அதிகரித்துக் கொண்டே செல்கிறது.

பெரும்பாலான இந்தியப் பெண்களின் வாழ்க்கை தண்ணீரை தேடிச் செல்வதிலேயே கழிகிறது. தண்ணீரின் உபயோகம் 82 சதவீதம் விவசாயத்திற்கும், 8 சதவீதம் தொழிற்சாலைகளுக்கும் மீதி 10 சதவீதம் நம் அன்றாட தேவைகளுக்கும் செல்கிறது.

விவசாயத்திற்கான நதிநீர் பயன்பாடு இந்தியாவில் 20 சதவீதத்திற்கும் குறைவாகத் தான் உள்ளது.

தண்ணீரை பயன்படுத்துவோரிடையே தேவைகள் அதிகரிப்பதால் இன்று தண்ணீர் போட்டி பொருளாகவும் அதிக விலை கொடுத்து வாங்கும் சந்தை பொருளாகவும் மாறிவிட்டது.

பூமி எனும் உயிரின வாழ்விடத்தைத் தவிர வேறு எந்தக் கோளிலும் நீரில்லை என விஞ்ஞானிகள் தெரிவிக்கின்றனர்.

மனிதனைத் தவிர மற்ற அனைத்து ஜீவராசிகளும் மழைக்காலத்துக்காக உணவைச் சேகரித்து வைக்கிறது. நாம் உணவைச் சேகரிக்க தேவை இல்லை. கோடைகாலத் தேவைக்காக நீரை சேகரித்தால் போதும்.

சென்னைக்கும் திருவள்ளூருக்கும் இடையே இருக்கும் கிராமம் அதிகத்தூர். இங்கு இருக்கும் பத்துக்கும் மேற்பட்ட ஏரி, குளங்களில் நீர் நிரம்பி வழிகிறது. பற்றாக்குறை என்ற சொல்லுக்கே இடம் இல்லை.

இவ்வளவுக்கும் காரணம் அதிகத்தூர் கிராமத்தின் தனிமனுஷியான திருமதி சுமதி என்பது வியப்பை ஆழ்த்துகிறது.

தன் கிராம மக்களுக்காக இவர் ஒன்பது குளங்கள் வெட்டியுள்ளார். இந்தியாவின் தண்ணீர் மனிதர் என்றழைக்கப்படும் ராஜஸ்தான் மாநிலத்தைச் சேர்ந்த ராஜேந்தர்சிங் தான் தனக்கான உந்து சக்தியாக இருந்தவர் என்கிறார் இந்தப் பெண்மணி.

பத்து வருசங்களுக்கு முன்னால இந்த ஊர் கடுமையான வறட்சியில் இருந்தது. குடி தண்ணிக்காக தினம் திண்டாட்டம்தான். விவசாயம் செய்ய வழி இல்லை. எல்லாரும் சென்னை, ஆந்திரானு கூலி வேலைக்கு போக ஆரம்பிச்சிட்டாங்க.

தங்கம் போட்டா தங்கமா விளையற பூமி அதிகத்தூர் கிராமம். அதனால இந்த தண்ணீர் பஞ்சத்த என்னால தாங்கிக்கவே முடியல.

2006ல் உள்ளாட்சித் தேர்தல் வந்தது. அது ஏழு குக்கிராமங்களைச் சேர்ந்த பஞ்சாயத்து தலைவர் பதவிக்கு போட்டியிட அங்கு பெண் களுக்கு ஒதுக்கப்பட்டது. குளம் வெட்டும் பணி ஒரு பக்கம் இருந்தாலும் அதிகாரம் கையில் இருந்தா இன்னும் சிறப்பா செய்ய முடியும்னு ஊர் மக்கள் சொன்னாங்க. அதனால போட்டியிட்டு வெற்றி பெற்றேன்.

கிராமத்தை ஒட்டி கூவம் ஆறு இருந்தாலும் தண்ணீர் பற்றாக்குறை எப்போதும் இருக்கும். ஒவ்வொரு கோடை காலத்திலும் தமிழகம் முழுக்க எல்லா ஊர்லயும் தண்ணீர் பஞ்சம் இருந்துட்டு தான் இருக்கு. அடுத்த மழை பருவம் வந்ததும் மக்கள் மறந்துடுறாங்க.

ஆரம்பத்துல கஷ்டங்கள் அதிகமாகவே இருந்தது. கிராம மக்களின் குடிநீர் ஆதாரத்துக்காகக் கிராமத்தைச் சுற்றி பல இடங்களில் போர் போட்டோம். பல ஆயிரம் அடி ஆழ்துளைகள் இறக்கியும் தண்ணீர் கிடைக்கவில்லை.

எல்லா போர்வெல் திட்டமும் ஃபெயிலியர் ஆனது. நீர் தட்டுப்பாட்டால் விவசாயமும் பாதிக்க ஆரம்பிச்சது.

கிராமப்புறங்களில் விவசாயம்தான் பிரதானம். அதில் பாதிப்பு வந்தா அடிப்படை வாழ்வாதாரத்திற்கே பிரச்சனை வரும்னு யோசிச்சப்பதான் ஊரை சுற்றி குளங்கள் வெட்டி நீரை சேமிக்கலா மான்னு முடிவு செய்தோம்.

அப்போதான் ராஜஸ்தானில் உள்ள தண்ணீர் மனிதர் ராஜேந்தர்சிங் பற்றி கேள்விப்பட்டோம். தான் வாழ்கிற டொளா கிராமத்தில் நீர் மேலாண்மையில் சாதித்த மனிதர் அவர்.

தண்ணீர் பாதுகாப்பு குறித்த செயல்பாடுகளால் இந்தியாவின் தண்ணீர் மனிதன் என்ற அழைக்கப்படுபவர் தார் பாலைவனப் பகுதிக்கு அருகாமையில் உள்ள கிராமமொன்றில் தனது தண்ணீர் மேலாண்மை செயல்பாடுகளை 1975ஆம் ஆண்டில் துவங்கினார்.

'தருண் பாரத் சங்' என்ற அமைப்பின் வாயிலாக இப்பணியினைத் தொடங்கியவர், மழை நீர் சேகரிப்பு, நீர்வழித் தடங்களில் சிறு சிறு தடுப்பணைகள் கட்டுவது என தானே கண்டுபிடித்த எளிமையான தொழில்நுட்ப யுக்திகளின் மூலமாக இன்று ராஜஸ்தானில் பல கிராமங்களை நீர் வளமிக்கப் பகுதியாக மாற்றிக் காட்டியுள்ளார்.

ராஜஸ்தானில் ஆரவல்லி என்ற மலைகளின் குறுக்கே சிறு சிறு தடுப்பணைகளும் 7 மீட்டர் உயரம் கொண்ட கான்கிரீட் அணை யிலும் கட்டப்பட்டதன் விளைவாக அறுபதாண்டுகளாக வறண்டிருந்த ஆரவல்லி ஆற்றில் மீண்டும் நீரோட ஆரம்பித்தது.

ராஜஸ்தானின் 11 மாவட்டங்களில் ஏறத்தாழ 4500 தடுப்பணைகள் இவரது முயற்சியில் கட்டப்பட்டுள்ளது. மேலும், பாரம்பரிய நீர் சேகரிப்பு கட்டு மானங்கள் மற்றும் நிலத்தடி நீரை மீளப் பெறுதல் குறித்தான விழிப்புணர்வை ஏற்படுத்த தண்ணீர் பஞ்சாயத்து என்று ஆலோசனை வழங்கும் அமைப்பையும் நடத்தி வருகிறார்.

அவரோட ஊர்ல எப்படி நீர் சேகரிப்பை கட்டமைத்து ஒரு சிறப்பான கிராமத்தை உருவாக்கி இருக்கார்னு பார்த்திட்டு முறை யாக நாமும் செய்வோம்னு முடிவு எடுத்தேன்.

எங்க கிராமத்தில் இருந்த ஏழு விவசாயிகளைக் கூட்டிக்கிட்டு போனேன். எங்கள்ல யாருக்கும் இந்தி, ஆங்கிலம் எதுவும் தெரியாது. பயணம் கொஞ்சம் கடினமாத்தான் இருந்தது. இருந்தாலும் நம்ம கிராம மக்களுக்காக எல்லாரும் ஒத்துழைச்சாங்க.

பத்து நாள் அங்கேயே தங்கி இருந்து தண்ணீர் மேலாண்மை செயல் பாடுகளை சார்ந்து அவரிடம் நிறைய கத்துக்கிட்டோம். அதைத் தாண்டி தண்ணீர் மனிதர் ராஜேந்தர்சிங், மக்களோட ஒத்துழைப்புல தடுப்பு அணைகள் அமைத்து கால்வாய்களைப் பல்வேறு கோணங் களில் வர்ற மாதிரி வடிவமைச்சிருந்தாரு. அதைவிட கழிவு நீரை முறையாகப் பிரித்து வேறு பகுதிக்கு அனுப்பி திடக்கழிவை உரமாக்கும் முயற்சியும் செய்து இருந்தார்.

எல்லா செயலிலும் மக்களோட ஒத்துழைப்பு தேவைன்னு ஒவ்வொரு செயல் விளக்கத்தின் போதும் சொல்லிக்கிட்டே இருந்தார். அந்த முறையை எங்க ஊர்ல செயல்படுத்தத் துவங்கினோம். அப்புறம்தான் தெரிந்தது அதே மாதிரி கட்டமைப்பை இங்க உருவாக்கிறதுல சிக்கல் இருக்குன்னு.

ராஜஸ்தான் டொளா கிராமத்தில் வருசத்தில் பாதி நாள் மலைப் பகுதியில் இருந்து தண்ணீர் வரும். அத்தோடு சமதளமான புவியியல் அமைப்பு அங்கு இருந்ததால் நீருக்கான பாதையை அமைத்து எல்லாப் பகுதிக்கும் அனுப்ப முடிந்தது. எங்க ஊர் மேடு பள்ளம் நிறைஞ்சது. மழை நீரை மட்டுமே நம்பி இருக்கும் ஊர். என்ன பண்ணலாம்னு யோசிச்சேன். மழை நீரை சேமிக்க ஒரே வழி ஏரி, குளம் அமைக்கிறது.

ஊரைச் சுற்றி இருக்கும் ஏரிகளை சீரமைத்தோம். ஏரி வழியாக போகும் கால்வாய்களை ஒழுங்குப்படுத்தி கால்வாய்களுக்கு இடையில் தடுப்பணைகள் கட்டினோம். இது எல்லாத்தையும் விட கால்வாய்க்கு இடையில் குளங்ளை வெட்டினோம்.

மேடாகிக் கிடந்த 6 குளங்களை சீரமைத்தோம். அத்தோட பல வருசத்துக்கு முன்னாடி குளமா இருந்த 3 இடத்தைத் தேடிப் பிடிச் சோம். அது எல்லாமே ஆக்கிரமிப்புல விவசாய நிலமா இருந்தது.

அந்த நிலத்தைப் பயன்படுத்துனவங்கக்கிட்ட விவரத்தை எடுத்துச் சொல்லி புது குளமாகவே வெட்ட ஆரம்பித்தோம்.

வெட்டிய 9 குளத்தையும் கால்வாய் மூலமாக ஒன்று சேர்த்தோம். எப்படின்னா முதலில் குடிநீருக்கான போர்வெல் போட்ட பகுதி வழியாக கால்வாயை உருவாக்கி இணைத்தோம். அப்படி இணைக்கும்போது குடிநீருக்கான போர்வெல்லில் நிலத்தடி நீர்மட்டம் உயரத் துவக்கியது.

இப்போ எல்லா போர்வெல்லிலும் தண்ணீர் மட்டம் நல்லாவே உயர்ந்திருக்கு. குடிநீர் பிரச்சனை தீர்ந்தது.

"தற்போது இருளர் இன மக்கள் வாழும் பகுதியில் 3 குளம் வெட்டி வருகிறோம். 2000க்கும் மேற்பட்ட மரங்களை நட்டுள்ளோம். மக்கும் குப்பை, மக்கா குப்பைகளைத் தனியாகப் பிரித்து அதை உரமாக மாற்றி வருகிறோம்" என்றார் திருமதி சுமதி.

இந்தியாவில் சிறந்த தூய்மை கிராமமாக இவர்களின் ஊர் தேர்வாகி டெல்லி சென்று அந்த விருதை திருமதி சுமதி பெற்று வந்துள்ளார்.

■

13. வந்தனா சிவாவின் நீலதங்கம்

நீரின் போக்கையும், நிலத்தின் தன்மையையும் அறிந்தே நம் முன்னோர் நீர்நிலைகளை ஏற்படுத்தினர்.

தமிழ் இலக்கியங்களில் அகழி, அருவி, ஆழிக்கிணறு, ஆறு, இலஞ்சி, உறைக் கிணறு, ஊரணி, ஊற்று, ஏரி, ஓடை, கட்டுக்கிணறு, கடல் கண்மாய், கழங்கு, கால்வாய், குட்டை குளம், குண்டு, குமிழி, கூவம், வாளி, கேணி, சுனை, சேங்கை, தடம், தளிக்குளம், திருக் குளம், தெப்பக்குளம், தொடு கிணறு போன்ற நீர் சார்ந்த சொற்கள் மூலம் அறிய முடிகிறது.

பூமியின் இதயமாக நீர் நிலைகளும் ரத்த நாளங்களாக வரத்துக் கால்வாய், ஓடைகளும் உள்ளன.

இதயம், ரத்தநாளங்களில் அடைப்பு ஏற்பட்டால் உடல் பாதிப் பதைப் போன்ற நீர் நிலை வரத்துக் கால்வாய் பாதித்தால் பூமி வறண்டு போகிறது.

தண்ணீரை ஐந்து வகையாகப் பிரிக்கலாம். நீல நீர் வானத்தின் நீல நிறத்தை பிரதிபலிக்கும்.

ஆறு, ஏரி, குளம், கிணறுகளில் காணப்படும் நீர்ப்பச்சை நீர் தாவரங்களின் மீதும் நிலத்தின் மேல் பரப்பிலும் தற்காலிகமாக இருக்கும் சொற்ப நீர்.

இது விழித்தும் ஓடாது. மண்ணுக்குள்ளும் இறங்காது.

சாம்பல் நீர் சுத்திகரித்த பின் பாசனத்திற்குப் பயன்படும் மாசடைந்த நீர்.

கறுப்பு நீர் கடுமையாக மாசடைந்த மறுபடியும் பயன்படுத்த முடியாத நீர்.

மறைநீர் நிறமற்ற பார்க்க முடியாத நீர், ஒரு விளை பொருள் உற்பத்தி செய்ய தேவைப்படும் நீர்.

வந்தனா சிவா எழுதிய முதல் நூல் STAYING ALIVE (1988) மூன்றாம் உலகப் பெண்களைப் பற்றிய கருத்துக்களை மாற்ற உதவியது.

1990ல் அவர் FAOக்காக பெண்கள் மற்றும் விவசாயம் பற்றிய 'இந்தியாவில் பெரும்பாலான விவசாயிகள் பெண்கள்' என்ற தலைப்பில் ஒரு அறிக்கையை எழுதினார்.

காட்டுமண்டுவில் உள்ள மலை மேம்பாட்டுக்கான சர்வதேச மையத்தில் (ICIMOD) பாலினப் பிரிவை நிறுவினார் மற்றும் பெண்கள் சுற்றுச்சூழல் மற்றும் மேம்பாட்டு அமைப்பின் (WEDO) நிறுவனக்குழு உறுப்பினராகவும் இருந்தார்.

வந்தனா சிவா இந்தியாவிலும் வெளிநாட்டிலும் உள்ள அரசாங்கங்கள் மற்றும் உலகமயமாக்கல் தொடர்பான சர்வதேச மன்றம், பெண்கள் சுற்றுச்சூழல் மற்றும் மேம்பாட்டு அமைப்பு மற்றும் மூன்றாம் உலக நெட்வொர்க் உள்ளிட்ட அரசு சாரா நிறுவனங்களுக்கு ஆலோசகராகவும் பணியாற்றியுள்ளார்.

ஐ.நா. பல்கலைக் கழகத்திற்கான வந்தனா சிவாவின் ஆய்வுகள் 'பசுமைப் புரட்சியின் வன்முறை' என்ற புத்தகத்தை வெளியிட வழிவகுத்தது. இன்று உலகம் முழுவதும் உணவு அமைப்பில் நுழையக் கூடிய 1400 க்கும் மேற்பட்ட பூச்சிக்கொல்லிகள் உள்ளன என்று கூறப்படும் தரவுகளை வந்தனா சிவா மேற்கொள் காட்டியுள்ளார்.

வந்தனா சிவா கோல்டன் ரைஸை கடுமையாக எதிர்க்கிறார். இது வைட்டமின் ஏ-யின் முன்னோடியான பீட்டா கரோட்டின் உயிரியக்கத்துக்கு மரபணு ரீதியாக அரிசி இனமாகும். இது உலகெங்கிலம் உள்ள பாலர் வயது குழந்தைகளில் மூன்றில் ஒரு பகுதியினருக்கு வைட்டமின் ஏ குறைபாட்டைப் போக்க உதவும் ஆற்றலைக் கொண்டுள்ளது.

'கோல்டன் ரைஸ் புரளி' என்று வந்தனா சிவா அழைப்பதற்கு காரணம் அது நன்மையை விட தீமையை விளைவிக்கும் என்று கூறுகிறார்.

துரதிருஷ்ட வசமாக வைட்டமின் ஏ அரிசி ஒரு புரளியாகும். மேலும் இது மரபணு மக்கள் தொடர்பு பயிற்சி செய்யும் தாவர பொறியியலில் மேலும் சர்ச்சையை ஏற்படுத்தும்.

இந்தியாவில் விதைகளின் விலை உயர்ந்து வருவதால் பல விவசாயிகள் கடனில் மூழ்கி தற்கொலை செய்து கொண்டனர் என்று வந்தனா சிவா கூறியுள்ளார்.

சுற்றுச்சூழல் கழிவு மற்றும் தொழில்துறை, பேரழிவுகள் அன்றாட வாழ்க்கையை அச்சுறுத்துவதாக வந்தனா சிவா நம்புகிறார். மேலும் இந்தப் பிரச்சனைகளை பராமரிப்பது பெண்களின் பொறுப்பாகி விட்டது.

வந்தனா சிவா தண்ணீர் தொடர்பான பிரச்சனைகளில் அதிக கவனம் செலுத்தியதால் பல ஆவணப் படங்களில் தோன்றி தன் கருத்துக்களை பதிவிட்டார்.

'கங்கா ஃப்ரம் தி கிரவுண்ட் அப்' எனும் படம் கங்கை நதி நீர் பிரச்சனைகள் பற்றிய ஆவணப்படம்.

அடுத்தபடியாக வந்தனா சிவா நடித்துள்ள படம் நீலதங்கம் : உலக நீர் போர்கள். இப்படம் 2008ல் எடுக்கப்பட்ட ஆவணப்படமாகும்.

நீல தங்கம்: உலக நீர்ப்போர்கள் கிரகத்தின் நீர் வழங்கல் குறைந்து வருவதன் மூலம் சுற்றுச்சூழல் மற்றும் அரசியல் தாக்கங்களை ஆராய்கிறது. மேலும் எதிர்காலத்தில் தண்ணீருக்காக போர்கள்

நடக்கும் என்று கூறுகிறது. இத்திரைப்படம் உலகெங்கிலும் உள்ள நீர் ஆர்வலர்களின் சில வெற்றிக் கதைகளையும் கூறுகிறது.

இப்படம் முதலில் அக்டோபர் *9, 2008* அன்று வான்கடவர் சர்வதேச திரைப்பட விழாவில் திரையிடப்பட்டது. சிறந்த சுற்றுச் சூழல் திரைப்பட பார்வையாளர் விருதை இப்படம் பெற்றது.

கார்ப்பரேட்டுகளில் தண்ணீர் திருட்டு நடத்தப்படுவதை நிறுத்து வதற்கான தார்மீகக் குரலொலியாக இப்படம் எதிரொலிக்கிறது.

மரபணு மாற்றப்பட்ட பயிர்கள் என்ற தலைப்பில் வந்தனா சிவா ஆவணப்படத்தில் இடம் பெற்றுள்ளார்.

வந்தனா சிவா ஆப்பிரிக்கா, ஆசியா, லத்தீன் அமெரிக்கா, அயர்லாந்து, சுவிட்சர்லாந்து ஆகிய நாடுகளில் மரபணு பொறியியலுக்கு எதிராக நடத்திய போராட்டங்கள் முக்கியமானவை.

GMO எதிர்ப்பு இயக்கத்தின் 'ராக் ஸ்டார்' என்றும் சுற்றுச்சூழல் போர் வீரர் என்றும் வந்தனா சிவா அழைக்கப்படுகிறார்.

நாற்பது ஆண்டுகளுக்கும் மேலாக இந்திய இயற்பியலாளர், சூழலியல் மற்றும் உணவு உரிமைகள் வழக்கறிஞராக மாறிய வந்தனா சிவா பெரிய விவசாயத்தை மேற்கொண்டவர்.

உலகப் பசியைப் போக்கவும் முடிவுக்கு கொண்டு வரவும் அதே சமயத்தில் நமது உலகத்தை மிகவும் அற்புதமாக மாற்றும் தனித்துவமான கலாச்சார மற்றும் சமையல் மரபுகளைப் பாதுகாக்க முடியும் என்று வாதிட்டார் இவர்.

எல்லாவற்றுக்கும் மேலாக நாம் உண்ணும் உணவே முக்கியம் என்பதில் இவர் தீவிர நம்பிக்கை கொண்டவர். அது நம்மை உடல் ரீதியாகவும், கலாச்சார ரீதியாகவும், ஆன்மீக ரீதியாகவும் ஆக்குகிறது.

பூமி மற்றும் பழங்குடி சமூகங்களுக்கான எனது சேவையும் அர்ப்பணிப்பும் சிப்கோ இயக்கம் மூலம் தொடங்கியது. பூமியையும் பூர்வீக கலாச்சாரங்களையும் பாதுகாப்பு இன்று முன்னெப்போதையும் விட முக்கியமானது. ஏனெனில் ஐந்து நூற்றாண்டு காலனித்துவமும் மூன்று நூற்றாண்டுகளின் புதைபடிவ எரிபொருள் அடிப்படையிலான தொழில் துறையும் நம்மை வீழ்ச்சியடையச் செய்துள்ளது.

பழங்குடி மக்கள் பூமியையும் அதன் எல்லைகளையும் மதித்து இயற்கையோடு இணைந்து வாழ்ந்து வருகின்றனர்.

உணவும் கலாச்சாரமும் வாழ்க்கையின் நாணயம். நோயினாலும் மரணத்தினாலும் நாம் மூழ்கியிருக்கும் வேளையில் வாழும் உணவுப் பண்பாடு வாழ்க்கைப் பாதைக்கு ஒளியைக் காட்ட முடியும்.

∎

14. நீர்நிலைகளும் வாழ்வாதாரங்களும்

நீர்நிலை என்பது எல்லா வகையான நீரின் தொகுப்புகளையும் குறிக்கும். இது பொதுவாக புவிப்பரப்பின் மீது காணப்படும் நீர் நிலை என்ற சொல் சமுத்திரங்கள், கடல்கள், ஆறுகள், நீரோடைகள், சுனைகள், மடுக்கள் போன்ற இயற்கையான நீர் நிலைகளையும் ஏரிகள், குளங்கள், அணைகள் போன்ற மனிதனால் செயற்கையாக உருவாக்கப்பட்ட நீர் நிலைகளையும் குறிக்கும்.

நீர்த்தேக்க வகைகள் :

தேங்கி நிற்கும் அல்லது தேக்கி வைக்கப்பட்ட நீர் நிலைகளை நீர்த்தேக்கம் என்கிறோம்.

- *பள்ளத்தாக்கு அணை நீர்த்தேக்கம்*
- *கரையோர நீர்த்தேக்கம்*
- *சேவை நீர்த்தேக்கம்*

நீர் நிலைகளை அவற்றின் அளவுக்கு ஏற்பவும் பயன்பாட்டுக்கு ஏற்பவும் பல்வேறு பெயர்களால் தமிழர்கள் அழைத்து வந்துள்ளனர்.

1. குளம் : குளிப்பதற்காக அமைக்கப்பட்டவை.

2. ஏரி : ஏர் தொழிலுக்காக (பயிர்த் தொழில்) அமைக்கப்பட்டவை.

3. ஊருணி : ஊரார் உண்ணுவதற்காக குடிநீருக்காக அமைக்கப் பட்டவை.

4. பொய்கை : மலர் நிறைந்த நீர்நிலை.

5. மடு : சிறிய குளம்

6. கேணி : ஆலயங்களுக்கு அருகில் அமைந்த நீர் நிலை

7. மோட்டை

8. அள்ளல்

9. ஓடை

10. அளக்கர்

11. தடாகம்

12. கிணறு

13. அசம்பு - களிமண் சார்ந்த நீர் நிலை

14. அகழி - கோட்டைக்கு வெளியே அகழ்ந்து அமைக்கப்பட்ட நீர் அரண்.

15. அயம் - அருவி கொட்டுமிடத்தில் பொங்கிக் கொண்டிருக்கும் நீர் நிலை.

16. ஆழிக்கிணறு - கடலருகே தோண்டி கட்டிய கிணறு

17. இலஞ்சி - பலவகையான பயன்பாட்டுக்காக தேக்கப்படும் நீர்.

18. கயம் - சமவெளியில் ஆறு பாய்ந்து நிரம்பும் நீர்நிலை.

19. கழி - உப்பங்கழி. கடல் நீர் பாய்ந்து தேங்கிய நீர்நிலை.

20. சுனை - மலைப்பகுதியில் பாறைகளுக்கிடையே தேங்கும் நீர் நிலை.

21. மடு - சம நிலத்தில் ஆறு பாயும்போது ஒதுங்கும் நீர் நிலை.

22. குட்டை - குடிநீருக்காக இன்றி வளர்ப்பு விலங்குகளை குளிப்பாட்டுவதற்கு தேக்கப்படும் நீர்.

23. கூவல் - கிணறு போன்ற நீர்த்தேக்கம். ஆனால் ஆழமற்றது.

24. தருவை - பெரிய ஏரி

25. ஏந்தல் - மழை நீரை ஏந்தி நிற்கும் நீர்நிலை.

26. கண்மாய் - கண்ணாறுகளை உடையது.

தமிழகத்தில் குறிப்பிடத்தக்க அளவு ஏரிகள் உள்ளன. தமிழ்நாட்டில் மொத்தம் 39,202 ஏரிகள் உள்ளன. இவற்றுள் 13,710 ஏரிகள் நீர்வள ஆதாரத் துறையின் கட்டுப்பாட்டில் உள்ளன.

மாநிலத்தில் 5.40 இலட்சம் ஹெக்டேர் ஏரிகள் மூலம் நீர்ப்பாசன வசதி பெறுகிறது.

தமிழ்நாட்டில் 1000 ஏக்கர் பரப்புக்கு மேல் உள்ள 100 ஏரிகளில் முதற்கட்டமாக 25 ஏரிகளை ரூ.25 கோடியில் புனரமைக்க தமிழக அரசு உத்தரவிட்டுள்ளது.

சென்னையைச் சுற்றியுள்ள ஏரிகளின் பட்டியல் :

செங்குன்றம் ஏரி, புழல் ஏரி, செம்பரம்பாக்கம் ஏரி, செங்கல்பட்டு ஏரி, மதுராந்தகம் ஏரி, பூண்டி ஏரி, சோழவரம் ஏரி, பழவேற்காடு ஏரி

கடலூர் மாவட்டம் :

வீராணம் ஏரி, வெலிங்டன் ஏரி, வாலாஜா ஏரி

கிருஷ்ணகிரி மாவட்டம் :

ராமநாயக்கன் ஏரி

கோவை மாவட்டம் :

உக்கடம் பெரிய குளம், வாலாங்குளம், சிங்காநல்லூர் குளம், சூலூர்க்குளம், முத்தண்ணன் குளம், குறிச்சி குளம், செல்வ சிந்தாமணி குளம்

சேலம் மாவட்டம் :

மூக்கனேரி, எமரால்டு ஏரி, ஆட்டையாம்பட்டி ஏரி

ஈரோடு மாவட்டம் :

கெட்டிசமுத்திரம் ஏரி, பெரிய ஏரி, வேம்பத்தி ஏரி

தமிழக ஆறுகளின் பட்டியல் :

அடையாறு
அமராவதி ஆறு
அரசலாறு
அர்ச்சுனன் ஆறு
பவானி ஆறு
சிற்றாறு
சின்னாறு
செஞ்சி ஆறு
செய்யாறு
கபினி ஆறு
கடனா நதி
கல்லாறு
காவிரியாறு
கெடிலம் ஆறு
கொள்ளிடம்
குடமுருட்டி ஆறு
குண்டாறு
குந்தா ஆறு
குதிரை ஆறு
நங்காஞ்சி ஆறு
கோமுகி ஆறு
கோதையாறு
மலட்டாறு
மஞ்சளாறு
மணிமுத்தாறு
பாம்பாறு
முல்லை ஆறு
பச்சை ஆறு
நொய்யல் ஆறு
பச்சை ஆறு
பரளி ஆறு
பாலாறு
பரம்பிக்குளம் ஆறு
பைக்காரா ஆறு
சங்கரபரணி ஆறு
சண்முகா நதி
சிறுவாணி ஆறு
தென்பெண்ணை
தாமிரபரணி
உப்பாறு
வைகை
வெண்ணாறு
கிருதுமால் ஆறு
வெட்டாறு
சனத்துமார நதி
மார்கண்ட நதி
வாணி ஆறு
கம்பைநல்லூர் ஆறு

விவசாயிகள் பிரச்சனைக்கு வறட்சி மட்டுமே காரணமல்ல, தண்ணீரைச் சிக்கனமாக பயன்படுத்தாததும் நிலத்தடி நீரை மிதமிஞ்சிய அளவில் உறிஞ்சுவதும் கூடக் காரணம்தான்.

இது குறித்த விழிப்புணர்வை ஏற்படுத்தி நிலத்தடி நீரைப் பயன் படுத்துவதற்கென தனிக்கொள்கையை மாநில அரசும், மத்திய அரசும் உருவாக்க வேண்டியது தலையாய கடமையாகும்.

நிலத்தடி நீரை கணக்கே இல்லாமல் உறிஞ்சி விட்டோம். ஆறுகளை யொட்டி குடிநீர் தொழிற்சாலை, விவசாயத்துக்கென கணக்கில் லாமல் எடுத்த நிலத்தடி நீரை ஈடுகட்ட ஒவ்வொரு ஆற்றிலும் பத்து முறை வெள்ளம் வர வேண்டும். அதற்கு வாய்ப்பு இல்லாததால் தான் பல ஆறுகள் முற்றிலும் வறண்டு விட்டன.

சமவெளிப் பகுதியில் நாம் உறிஞ்சிய மிதமிஞ்சிய தண்ணீரால், மலைப்பகுதியில் மிக மோசமான அளவுக்கு தண்ணீர்த் தட்டுப்பாடு நிலவுகிறது.

குடிக்கிற தண்ணீரை மட்டுமின்றி வாய் கொப்பளிக்கிற தண்ணீர் வரையில் எதையும் ஒரு சொட்டுகூட வீணாக்கக் கூடாது என்று பேசி வருகிறோம்.

ஆனால் விவசாயிகள் மிகமிக அதிகமாக நெல்லுக்கு வறட்சியின் காரணமாக நிலத்தடி நீரை பாய்ச்சி வருகின்றனர். மழையை நம்பி நெல் விதைத்து மழை பொய்த்துப் போனால் விவசாயி நிலத்தடி நீரைத்தானே சுரண்ட முடியும்.

பிறகு அந்த நீர் அங்கிருந்து கர்நாடகத்தில் உள்ள பெண்ணை யாற்றுக்கு கொண்டு செல்லப்படும். அதைத் தொடர்ந்து மீண்டும் காவிரியுடன் அந்த நீர் வழித்தடம் இணைக்கப்படும். இதனால் தமிழகம் கர்நாடகம் ஆந்திரம் தெலுங்கானா ஆகிய மாநிலங்களுக்கு இடையேயான தண்ணீர் பிரச்சனைக்கு கிட்டதட்ட தீர்வு கிடைத்து விடும்.

கோதாவரி ஆற்றில் பாயும் 3000 டி.எம்.சி. தண்ணீர் வீணாகக் கடலில் கலக்கிறது. இதேபோல் இந்திராவதி ஆற்றில் இருந்து வெளியேறும் உபரிநீரும் வீணாகிறது.

அவற்றை ஒருங்கிணைத்து தமிழகம் உள்ளிட்ட தென் மாநிலங்கள் பயன் பெறும் வகையில் நதிநீர் திட்டம் வகுக்கப்பட்டுள்ளது.

'உணவெனப்படுவது நிலத்தொடு நீரே' என்ற பதம் எப்போதும் கூர்ந்து ஆராயத்தக்கக் கூற்று. நீரையும், நிலத்தையும் பாதுகாக்காமல் நல்ல உணவை உற்பத்தி செய்ய முடியாது. நல்ல வாழ்க்கையையும் வாழ முடியாது என்ற விழிப்புணர்வு முதலில் நமக்கு வர வேண்டும்.

இந்த உணர்வினைப் பன்னெடுங்காலமாக வாழ்க்கை முறையாகக் கொண்டிருந்த நாம் இன்று திசை மாறி விட்டோம் என்பதே உண்மை.

பண்டைய முனிவர்கள் எப்போதும் கையில் கமண்டலமும் அதில் நீரும் வைத்திருப்பார்கள்.

உலகளவில் எல்லா மதங்களிலும் தண்ணீருக்கு என்று ஒரு தனி இடம் உண்டு. போர்டான் நதிக்கரையில் இயேசுவுக்கு ஞான ஸ்நானம் தரப்பட்டதும் தண்ணீரால்தான்.

பள்ளி வாசல்களில் ஓதிவிட்டுப் பின் தெளிப்பது தண்ணீரால்தான்.

இந்து மதத்தில் தண்ணீர் இன்றி இங்கு எந்தச் சடங்கும் செய்வதில்லை. யாகம் முடிந்து ஹோமங்கள் முடிந்து தண்ணீரைத்தான் அனைத்து இடங்களிலும் தெளிப் பார்கள்.

பெரிய ஞானிகள் முனிவர்கள் தவம் செய்தது தண்ணீர் பெருக் கெடுத்தோடும் ஆற்றின் கரைகளில் தான். இந்த முனிவர்களின் சாபங் களும், சாப விமோசனங்களும், வரங்களும் தங்களின் கமண்டல நீர் சாட்சியாகவே நடந்தது.

தண்ணீருக்கு ஞாபகத்திறன் உள்ளது. அது தனக்குத் தரப்படும் நன்மைகளை அப்படியே மற்றவர்களுக்குத் தந்துவிடும். ஆற்றங் கரைகளில் தவம் செய்யும் முனிவர்கள் தங்களின் தவ ஆற்றல் அப்படியே தண்ணீருக்குத் தாரை வார்த்து விடுகின்றனர்.

கிராமங்களில் நீர் நிலையில் அல்லது பாத்திரத்தில் உள்ள நீரின் மேல் சத்தியம் செய்வது வழக்கம். இன்றும் தினசரி வாழ்க்கையில் காண்கிறோம்.

நீருக்கு அசாத்திய ஞாபக சக்தியும் சாட்சியாக பொறுப்பேற்கும் குணமும் உண்டு. தண்ணீருக்கு முன் அமர்ந்து செய்யும் தியானத்தை தண்ணீர் அப்படியே வாங்கிக் கொள்கிறது. அதுவே தெளிக்கப் படும்போது சக்தியின் வெளிப்பாடாக நோய் மற்றும் துன்பங்களை விரட்டுகிறது.

மனித உடலும் 75 சதவீதம் தண்ணீரால் ஆனது. மனித மூளை 90 சதவீதம் தண்ணீரால் ஆனது. தண்ணீருக்கு அசாத்திய ஞாபகத்திறன் உள்ளது. அது தனக்குத் தரப்படும் தகவல்களை வைத்தே தன் குணத்தை அமைத்துக் கொள்ளும்.

முனிவரின் கமண்டலத்தில் நன்மை செய்யும் மந்திரங்களை உள் வாங்கிய தண்ணீர் நன்மை செய்கிறது. மந்திரவாதிகளின் தீய சக்திகளை உள்வாங்கிய நீரானது தீமை பயக்கக் காரணமாகிறது.

'தாயைப் பழித்தாலும் தண்ணீரைப் பழிக்காதே' என்ற வாக்கியம் ஆழ்ந்த பொருள் பொதிந்த வாழ்க்கை நெறியாகக் கருத வேண்டும்.

வளர்ந்த நாடுகள் அனைத்தும் தண்ணீரின் மகத்துவம் உணர்ந்தே அதனை மிகமிகப் பாதுகாப்பாகப் பார்த்துக் கொள்கின்றன.

நிலமும் கெடக்கூடாது, நீர் சார்ந்த விசயங்களும் நம்மை அச்சுறுத்தக் கூடாது என்பதில் நமக்கு அக்கறையும் புரிதலும் அவசியம்.

∎

15. உயிரிழக்கும் தொன்மைமிக்க ஆறுகள்

தொல்லியல் துறைச் சான்றுகளின்படி நொய்யல் ஆற்றின் நாகரீகம் கி.மு. 300க்கும் கி.பி. 300க்கும் இடையில் தோன்றியிருக் கலாம் என்று கருதப்படுகிறது.

மேலும் நொய் என்ற சொல் மென்மை நுண்மை எனும் பொருள் கொண்டது. இவ்வாற்றின் பெயர் நுண்ணிய மென்மையான மணற் துகள்களால் பெறப்பட்டது என்றும் கருதப்படுகிறது.

நொய்யல் ஆறு தமிழ்நாட்டின் மேற்கு தொடர்ச்சி மலையிலுள்ள வெள்ளியங்கிரி மலையில் உற்பத்தியாகிறது. இது கோயமுத்தூர், ஈரோடு மாவட்டங்கள் வழியாக பாய்ந்து நொய்யல் கிராமத்தில் காவிரி ஆற்றுடன் கலக்கிறது. ஆகவேதான் நொய்யல் ஆறு என்று பெயர் பெற்றது. இந்த ஆற்றின் சங்ககால பெயர் காஞ்சிமா நதி என்பதாகும்.

வெள்ளியங்கிரி மலையிலிருந்து கிழக்கு நோக்கி பாயும் நொய்யல் ஆறு கோயம்புத்தூர் நகரை கடக்கும்போது அந்நகரைச் சுற்றியுள்ள 18 குளங்களை நிறைத்து பின் பின்னலாடை நகரமான திருப்பூரை

அடைகிறது. திருப்பூரிலிருந்து 16 கி.மீ. தொலைவில் ஓரத்துப் பாளையம் அணை உள்ளது.

நொய்யல் ஆறானது மிகவும் மாசடைந்த ஆறுகளில் ஒன்று. கோயம்புத்தூர் நகரை கடக்கும்போது அந்நகரின் கழிவுகள் நொய்யல் ஆற்றில் கலக்கின்றன.

திருப்பூரை கடக்கும்போது அந்நகரின் சுத்திகரிக்கப்படாத நூற்றுக் கணக்கான சாயப்பட்டறைகளின் கழிவுகள் நொய்யலில் கலந்து இவ்வாற்றை மிகவும் மாசடையச் செய்கின்றன.

சுத்திகரிக்கப்படாத சாயப்பட்டறை கழிவுகளால் அதிக அளவு அமிலங்கள் சேர்ந்து திருப்பூருக்கு பின் நொய்யல் ஆறு வேளாண் மைக்கும் குடிப்பதற்கும் ஆகாத நிலையில் உள்ளது. இதனால் சுற்றுச்சூழல் அமைப்பினர் நொய்யல் ஆற்றை இறந்த ஆறு என்கின்றனர்.

இக்கழிவுகள் எல்லாம் ஓரத்துப்பாளையம் அணையில் தேங்கி அப்பகுதியின் நீர்நிலைகளை மோசமாக மாசுபடுத்தியுள்ளன. அப்பகுதியின் நிலத்தடி நீரும் மாசடைந்து பயன்படுத்த முடியாத நிலை உள்ளது.

நொய்யல் ஆற்றுப்பாசன விவசாயிகளின் வாழ்வாதாரம் இதனால் கடுமையாக பாதிப்படைந்துள்ளது. அவர்கள் தங்களின் இப் பிரச்சனையை நீதிமன்றம் எடுத்துச் சென்று திருப்பூர் சாயப் பட்டறைகளுக்கு எதிராக உத்தரவு பெற்றுள்ளனர்.

ஆற்றுநீரை மாசுபடுத்தும் ஆலைகளுக்கு எதிராக கடும் நிலைப் பாட்டை எடுத்துள்ள உச்சநீதிமன்றம் சுத்திகரிக்கப்பட்ட நீரை மட்டுமே ஆற்றினில் கலக்க வேண்டும் என்றும், சுத்திகரிப்பு வசதி இல்லாத ஆலைகளின் உரிமம் பறிக்கப்பட வேண்டும் என்றும் உத்தரவிட்டுள்ளது.

நாற்பது அல்லது ஐம்பது வருடத்திற்கு முன்பு பாலாற்றில் வருடத்தில் ஒரு மாதத்திற்கு வெள்ளம் கரை புரண்டு ஓடும். இன்று கடந்த இருபது வருடங்களுக்கு மேலாக தண்ணீரே இல்லாமல் வறண்டு காணப்படுகிறது.

நீர் இல்லாத நேரத்திலும் அரை அடி தோண்டினாலேயே ஊற்று நீர் வந்து கொண்டிருந்த பாலாற்றில் இன்று 20 அடி வரை தோண்டி னாலும் நீர் ஊற்று இல்லை. காரணம் பாலாற்றில் உள்ள மணல் தன்னகத்தே நீரை உறிஞ்சி நிலத்தடியிலேயே வைத்துக் கொள்ளும் தன்மை வாய்ந்தது.

ஆனால் அங்கு மணல் கொள்ளையர்களால் அத்தகைய மணல்கள் அள்ளப்பட்டு பாலைவனம் போல் இன்று காட்சி அளிக்கிறது.

இந்தியாவிலேயே நிலத்தடி நீர் நிறைந்த ஒரே ஆறு பாலாறு. எனவே தான் இந்த ஆற்றுநீர் படுகையில் நெல் மற்றும் கரும்பு விளைச்சல் அமோகமாக இருந்தது.

ஆந்திர அரசு மற்றும் கர்நாடக அரசினர்களால் பாலாறு முழுவதும் அணைகள் கட்டி அந்த மாநில மக்களின் பயன்பாட்டிற்கு விதியை மீறி எடுத்துக் கொண்டதால் இன்று வடஆற்காடு மாவட்டம், காஞ்சிபுரம் மாவட்டம் மற்றும் எல்லை மாவட்டங்கள் நீரில்லாமல் விவசாயம் பாழடைந்து அழியும் நிலையில் காணப்படுகிறது.

பாலாற்றின் முக்கிய கிளை நதியாக மலட்டாறு கூறப்படுகிறது. இந்நதி ஆந்திரப் பிரதேசத்தில் உள்ள பல்மநேரிக்கு அருகே உற்பத்தி யாகிறது. நாயக்கநேரி கணவாயின் வழியாக ஆம்பூரில் பாலாறுடன் இணைகிறது.

இதேபோல கௌண்டின்யை நதி கூடுமலையில் தோன்றி வழியில் பல ஏரிகளை நிரப்பி விட்டு பல்மநேரி கால்வாய்கள் மூலம் குடியாத்தம் அருகில் பாலாறுடன் கலக்கிறது. கௌடில்ய முனிவரின் பெயரால் இந்த நதி வழங்கப்படுகிறது.

ஜவ்வாது மலையில் தோன்றுகிற ஆறு அககரம். பள்ளிகொண்டா அருகில் இந்த ஆறு பாலாறுடன் கலக்கிறது. ஜவ்வாது மலையில் உற்பத்தியாகும் ஆறு செய்யாறு. இந்த ஆறு செங்கம் தாலுக்காவில் நான்கு சிற்றாறுகளுடன் கலந்து திருமுகக் கூடலில் பாலாற்றில் கலக்கிறது.

வேலூர் மாவட்டத்தின் எல்லையில் அமைந்துள்ள ஜவ்வாது மலையில் செய்யாறு உற்பத்தி ஆகிறது. திருவண்ணாமலை

மாவட்டத்தின் வழியாக பாய்ந்து செய்யாறு, வந்தவாசி போன்ற ஊர்களின் வழியாக காஞ்சிபுரம் மாவட்டத்தை அடைந்து பழைய சீவரம் அருகே பாலாறுடன் இணைகிறது.

திருவத்தியூரில் கட்டப்பட்டுள்ள அணையின் மூலம் வந்தவாசி தாலுகாவிற்கு பாசன வசதி இந்த ஆற்றின் மூலம் செய்யப்பட்டு வருகிறது.

செய்யாறில் இந்த ஆற்றங்கரையில் அருள்மிகு வேதபுரீஸ்வரர் கோயில் உள்ளது. திருஞானசம்பந்த சுவாமிகளால் பாடல் பெற்ற தலம்.

மழையை நம்பியிருக்கும் ஆறு செய்யாறு, வடகிழக்கு மற்றும் தென்மேற்கு பருவமழையின் போது சில நேரங்களில் வெள்ளம் இந்த ஆற்றில் உண்டாகும். மற்ற காலங்களில் வறண்ட ஆறாக காணப்படும்.

செய்யாறில் வடகரையில் திருவத்தூர் என்ற ஊரில் சமண சமயத்தார் குடியிருந்ததாக கல்வெட்டுகள் மூலம் அறியப்படுகிறது.

பல போர்கள் நிகழ்ந்த இடம் செய்யாற்றங்கரையில் என அறியப் படுகிறது. குறுநில மன்னர்களால் ஆளப்பட்ட செய்யாறு பகுதியில் போரில் வென்ற ஒரு மன்னனுக்கு 'செய்யாற்று வென்றான்' என்னும் பட்டப்பெயர் வழங்கப்பட்டது.

கி.பி. 1756ஆம் ஆண்டில் இந்தியாவில் மூன்றாவது கர்நாடகப் போர் நடைபெற்றது. இதன் தொடர்ச்சியாக கி.பி.1760ல் வந்தவாசி செய்யாற்றங்கரையில் நிகழ்ந்த போரில் சர்அயர் கூட் தலைமையில் ஆங்கிலப் படை பிரெஞ்சு படையை தோற்கடித்தார். பட்டு சீலை களுக்கு பெயர் பெற்ற ஆரணி நகரம் செய்யாற்று கிளை ஆறான ஆரணி ஆற்றங்கரையில் அமைந்துள்ளது.

■

16. சூழலியல் அநீதிக்கு எதிரான போராட்டங்கள்

மண்ணைக் காக்கவும், நீரைக் காக்கவும் உறுதி ஏற்று ஆட்சிப் பொறுப்பை ஏற்கும் அரசுகள், பின்னர் அதைக் காசுக்கு விற்கும் வித்தையைத் தெரிந்து கொண்டதன் விளைவாக ஏழை, எளிய மக்கள் உயிரிழக்கும் நிலை தொடர்ந்து வருகிறது.

உலகம் முழுவதும் சூழலியலைப் பாதுகாக்கப் போராடும் போராளிகள் இதுபோல எண்ணற்றோர் பலியாகி வருகின்றனர். 2015ஆம் ஆண்டில் மட்டும் 185 போராளிகள் கொல்லப்பட்டதாக 'டவுன் டு எர்த்' இதழ் கூறுகிறது.

உலக வரலாற்றில் தொழிற்புரட்சி ஒரு மாபெரும் அருஞ்செயல் என்று நம்பப்பட்டுக் கொண்டிருந்த நாட்களில், இப்போக்கு கொடுமையான பேரழிவுகளைக் கொண்டு வரும் என்று யாரும் அப்போது எதிர்பார்த்திருக்க மாட்டார்கள்.

இன்று உலகின் தலையாய சிக்கல்களில் ஒன்றாக சூழலியல் மாசுபாடு உள்ளது. நீர், நிலம், காற்று என்று வாழ்வாதாரங்களைச் சிதைத்து சூறையாடும் போக்கு உலகம் முழுவதும் அதிலும்

குறிப்பாக வளரும் நாடுகளில் கண்மூடித்தனமாக அதிகரித்து வருகிறது.

தங்கள் வாழ்வாதாரங்களான இயற்கை ஆதாரங்களைக் காப்பதற்காக உலகம் எங்கும் மக்கள் போராடி வருகிறார்கள்.

தொழிற்புரட்சியைத் துவங்கிய மேற்கத்திய நாடுகளில் தான் முதலில் தொழிற்சாலை மாசுபாட்டுக்கு எதிரான போராட்டங்கள் முதலில் தோன்றின.

1739ல் பெஞ்சமின் பிராங்க்ளின் பில்டெல்பியாவில் தோல் தொழிற் சாலைகளுக்கு எதிராகக் குரல் கொடுத்தார்.

1850களில் தேம்ஸ் ஆற்றில் ஏற்பட்ட மாசுபாட்டை கார்ல் மார்க்ஸ் எதிர்த்தார். இரண்டாம் உலகப் போருக்குப் பின்னர் இது இன்னும் வேகமெடுத்தது.

இயற்கையைக் காக்க வேண்டும், சூழலியலைப் பேண வேண்டும் என்ற நோக்கம் விரிவடைய விரிவடைய தொழிற்சாலைகளுக்கு எதிரான போராட்டங்களாக அவை உருவெடுத்தன.

ஒரு காலத்தில் ஆலைகள் வேண்டும் என்று கேட்ட மக்கள் இன்று தங்கள் பகுதிக்கு ஆலைகளே வேண்டாம் என்று வீறு கொண்டு எழுகிறார்கள்.

லாபத்தை மட்டும் நோக்கமாகக் கொண்ட தனியார் மயமும், கட்டற்ற பொருளாதாரப் போக்கும் இயற்கை வளங்களை எந்த வரம்பும் அற்று சூறையாடுவதே இதற்குக் காரணம்.

தமிழகத்தைப் பொறுத்தமட்டில் மாவட்டந்தோறும் சூழலியல் போராட்டங்கள் நடைபெற்று வருகின்றன. காரணம் இந்தியாவின் அதிகம் நகரமயமான மாநிலங்களில் தமிழகமும் ஒன்று என்பது தான்.

குடிநீர் ஆதாரங்களைக் காக்கும் போராட்டங்கள் தொடங்கி சாயப்பட்டறைகள், தோல் பதப்படுத்தப்படும் ஆலைகள், தாமிர உருக்காலைகள், ரசாயன தொழிற்பேட்டைகள் என்று இந்தப் போராட்டங்கள் தொடர்கின்றன.

சூழலியல் அநீதியை எதிர்ப்பவர்கள் வளர்ச்சிக்கு எதிரான வர்கள் என்று முத்திரை குத்தப்பட்டு அழித்தொழிக்கப்படுகிறார்கள். ஆண்டுக்கு ஆண்டு சூழலியல் போராளிகள் கொல்லப்படுவது அதிகரித்துக் கொண்டே செல்கிறது.

உலகம் முழுவதும் வாரத்துக்கு நான்கு போராளிகள் கொல்லப்படு கிறார்கள் என்று கார்டியன் இதழ் ஒரு புள்ளி விபரம் தருகிறது.

இயற்கை ஆதாரங்களைக் காக்கும் வகையில் அரசின் கொள்கை களிலும், கட்சிக் கொள்கைகளிலும் மாற்றம் ஏற்பட்டால் ஒழிய சுற்றுச்சூழல் போராட்டங்களால் ஏற்படும் உயிர பலிகள் ஓயாது.

இன்று எண்ணற்ற சூழலியல் செயற்பாட்டாளர்கள் உருவாகி வருகின்றனர். ஜல்லிக்கட்டுப் போராட்டத்துக்குப் பிறகு சூழலியல் போராட்டங்கள் பெருவீச்சாக வளர்ந்தாலும் அவற்றுக்கு கிடைத்த வெற்றியோ மிகவும் குறைவுதான். சுற்றுச்சூழல் சீர்கேடுகளுக்கு மக்கள் கொடுக்கும் விலை அளப்பரியது.

சுற்றுச்சூழல் சீர்கேடுகளுக்கு எதிராக குரல் கொடுக்கும் செயற் பாட்டாளர்கள் பலர் தங்களது உடைமைகளையும், சில நேரங்களில் உயிரையும் இழந்து போராடிக் கொண்டிருக்கிறார்கள்.

தஞ்சைத் தரணியில் நடைபெற்ற மீத்தேன் எதிர்ப்புப் போராட்டக் களத்தில்தான் நம்மாழ்வார் தனது உயிரை ஈத்தார்.

பெருவீச்சாக உருவான கூடங்குளம் அணுவுலை எதிர்ப்புப் போராட்டம் இந்திய அணுவுரை வரலாற்றில் முக்கிய திருப்பத்தை ஏற்படுத்தியது. மறைந்த ஒய்.டேவிட் இப்போராட்டத்தின் முன்னோடியாக இருந்தார். சுப.உதயகுமாரின் வருகைக்குப் பின்னர் இப்போராட்டம் வீறு கொண்டு எழுந்தது.

சிவகங்கை மாவட்டம் திருப்புவனத்தில் கோக் குளிர்பான நிறுவனத்துக்கு எதிரான போராட்டத்தில் காந்தியவாதிகள் முதல் மார்க்சிய லெனினிய அமைப்புகள் வரை போராடி வெற்றி பெற்றனர். சேலத்தில் பியூஷ் மானுஷ் வேடியப்பன் மலையைக் காக்கப் போராடி வருகிறார்.

தாமிரபரணி மணற்கொள்ளையைத் தடுக்கப் போராடிக் கொண்டிருக்கிறார் இந்திய கம்யூனிஸ்ட் கட்சியின் மூத்த தலைவர் ஆர். நல்லகண்ணு.

கரூர் காவிரி ஆற்றில் மணல் கொள்ளையைத் தடுக்கப் போராடும் முகிலன் கோவையில் மேற்குத் தொடர்ச்சி மலைக்காகப் போராடும் நாணல் நண்பர்கள் தமிழ்தாசன், சிதம்பரத்தில் கான்சாகிப் வாய்க்காலைக் காக்கப் போராடிக் கொண்டிருக்கும் பாசன விவசாயிகள் அமைப்பான 'சகாப்' அமைப்பு பூவுலகின் நண்பர்கள் அமைப்பு என்ற தமிழகம் முழுவதும் பல்வேறு அமைப்புகள் களத்தில் உள்ளன.

நமது சம காலத்திலேயே வாழ்ந்த சமரசமில்லா போராளி நம்மாழ்வார். அவருடைய காலத்திலேயே போராட்டத்துக்கான பலனை அறுவடை செய்தவர் அவர். பசுமைப் புரட்சி, நியூட்ரினோ, மீத்தேன் உலகமயமாக்கல் உள்ளிட்ட விவசாய அழிப்புத் திட்டங்களை சமரசமில்லாமல் எதிர்த்தவர்.

நம்மாழ்வாரின் வாழ்வை நினைவுகூறும் போது இரண்டு அம்சங்களைத் தவிர்க்க முடியாது. ஒன்று வேம்புக்கான காப்புரிமையை மீட்டுக் கொடுத்தது. மற்றொன்று வானகம் எனும் வேளாண் பெருங்காடு,

அமெரிக்காவைச் சேர்ந்த நி.யூ. கிரேஸ் என்ற நிறுவனம், வேப்பங்கொட்டையை அரைத்து பூச்சி பாதித்த செடிகளுக்கு மேல் தெளித்தால் அந்த நோய் குணமாகிறது என்று கூறி அதற்கு அறிவுசார் சொத்துரிமை (Intellectual Property Rights) என்ற சட்டத்தின்கீழ் காப்புரிமை பெற்றிருந்தது.

அதற்கு எதிராக டெல்லியைச் சேர்ந்த சுற்றுச்சூழல் போராளி வந்தனா சிவா என்பவர் சர்வதேச நீதி மன்றத்தில் வழக்கு தொடுத்திருந்தார். அது தொடர்பான வழக்கு ஜெர்மனியில் நடைபெற்றது. அந்த வழக்கு தொடர்பாக வந்தனா சிவா, நம்மாழ்வார் உள்ளிட்ட இந்தியாவைச் சேர்ந்த சுற்றுச்சூழல் ஆர்வலர்கள் ஐந்து பேர் ஜெர்மனிக்குச் சென்றனர்.

அது தொடர்பான விசாரணையில் வேப்பங்கொட்டையை மருந்தாகப் பயன்படுத்துவது என்பது இந்தியாவில் ஆயிரமாயிரம் ஆண்டு காலமாக பயன்படுத்தப்பட்டு வரும் நடைமுறை.

குறிப்பாக தமிழ்ச் சமூகத்தில் வேப்ப மரத்தின் பங்கு அதிகமானது. எனவே W.R.கிரேஸ் நிறுவனம் உரிமை கொண்டாட முடியாது என்று வாதிட்டனர்.

அதனைக் கடந்து பல்வேறு நாடுகளிலுமுள்ள சுற்றுச்சூழல் ஆர்வலர்களுடன் இணைந்து தொடர் போராட்டத்தில் ஈடுபட்டனர்.

அவர்களுடைய வாதத்துக்கு பையோ பைரசி (Bio-Piracy) என்ற வார்த்தையை W.R.கிரேஸ் நிறுவனத்துக்கு எதிராகப் பயன்படுத்தினர்.

அதன் விளைவாக W.R. கிரேஸ் நிறுவனத்துக்கு வழங்கப்பட்டிருந்த வேப்பங்கொட்டை காப்புரிமை திரும்பப் பெறப்பட்டது. சுமார் 10 ஆண்டு கால சட்டப் போராட்டத்துக்கு கிடைத்த வெற்றி அது.

நம்மாழ்வார் ஒருபோதும் விவசாயத்தை வெறும் பணம் சம்பாதிக்கும் தொழிலாகப் பிரித்து வகைப்படுத்தியது கிடையாது.

விவசாயம் என்பது வாழ்வின் அங்கம் என்பதே அவர் உறுதியாக வலியுறுத்த விரும்பியது. அவர் உணவுச் சங்கிலி குறித்த நுட்பமான அறிவைக் கொண்டிருந்தார். கால்நடைகளின் வீழ்ச்சி இயற்கை வேர்களின் வீழ்ச்சி என்பதை நம்மாழ்வார் புரிந்து வைத்திருந்தார்.

இவை அனைத்தும் கிரேட் ஈஸ்டர்ன் நிறுவனத்தின் இணைய தளத்தில் குறிப்பிடப்பட்டுள்ள செய்திகள். ஆனால் செய்திகளில் மீத்தேன் மட்டுமே முன்னிலைப்படுத்தப்படுகிறது.

நிலக்கரிச் சுரங்கத்தின் பாறை இடுக்குகளில் உள்ள மீத்தேன் எரிவாயுவை எடுக்கவில்லை என்றால் தீ விபத்து ஏற்படுகிறது. இது நிலக்கரி அகழ்வைத் தாமதப்படுத்தி லாபத்தைக் குறைக்கிறது.

இதை நிறுவனங்கள் தங்கள் சொந்த அனுபவத்தில் உணர்ந்துள்ளன. ஆகவே இருக்கும் மீத்தேன் எரிவாயுவை எடுத்தால்தான் தங்கு தடையின்றி நிலக்கரியை எடுக்க முடியும்.

நாம் வயல்களில் போர்வெல் அமைப்பது போல மீத்தேன் எடுத்து விட முடியாது அதற்கு பூமிக்கும் கீழ் உள்ள பாறைப் பரப்பை உடைக்க வேண்டும்.

பூமியின் உள்ளே கிலோ மீட்டர் கணக்கில் துளையிட்டு வேதிக் கரைசல்களை உயர் அழுத்தத்தில் செலுத்தி பாறைகளை உடைக்க வேண்டும். இதற்கு 'நீரியல் விரிசல் முறை' என்று பெயர்.

இதற்கு முன்பாக அந்த இடத்தில் நிலத்தடி நீரை முற்றிலும் வெளி யேற்றினால்தான் திட்டத்தையே செயல்படுத்த முடியும்.

நிலத்தடி நீரை வெளியேற்றி விட்டால் அப்புறம் என்ன இருக்கிறது? 35 ஆண்டுகள் இவர்கள் மீத்தேன் எடுத்து முடிப்பதற்குள் இந்தப் பகுதியின் நிலத்தடி நீர்வளம் நாசமாக்கப்பட்டு பூமியின் கீழ் ரசாயனக் கழிவுகள் செலுத்தப்பட்டு பூமியின் மேலே நிலம் நஞ்சாகி விடும்.

மக்கள் வேறு வழியே இல்லாமல் நிலங்களை பாதி விலைக்கு விற்று விட்டு வெளியேறுவார்கள். பிறகு பெரிய எதிர்ப்புகள் எதுவும் இல்லாமல் நிலக்கரிச் சுரங்கம் தோண்டுவார்கள். இதுதான் அவர் களின் திட்டம்! உடனடித் திட்டம் மீத்தேன் என்பதால் அதன் பெயரை மட்டும் வெளியில் சொல்கின்றனர்.

அரசும் நிறுவனங்களும் பிணம் தின்னிக் கழுகுகளைப் போல காவிரிப் பாசனப் பகுதிகளில் இருக்கும் மதிப்பிட முடியாத பண மதிப்பு கொண்ட நிலக்கரிக்காக வலம் வந்து கொண்டிருக்கின்றன. அவர்களின் நயவஞ்சகத்தையும் இந்தத் திட்டத்தின் பிரம்மாண்டத் தையும் நாம் புரிந்து கொள்ள வேண்டும்.

அமெரிக்கா, கனடா, ஆஸ்திரேலியா உள்ளிட்ட சில நாடுகளில் மீத்தேன் வாயு எடுக்கின்றனர். ஆனால் இந்த நாடுகள் அனைத்துமே மக்கள் அடர்த்தி குறைவு.

அப்படிப்பட்ட இடங்களில் அவர்கள் மீத்தேன் வாயுவை எடுக் கின்றனர். ஆனால் காவிரி டெல்டாவில் ஊரும் வயல்வெளியும் இணைந்தே இருக்கின்றன.

தற்போது ஒப்பந்தம் செய்துள்ள கிரேட் ஈஸ்டர்ன் நிறுவனம் காவிரிப் படுகையை அமெரிக்காவின் பவுடர் ரிவர் பேசின் என்ற பகுதியின் மீத்தேன் படுகையுடன் ஒப்பிட்டுள்ளது.

அங்கு என்ன நிலை என்றால் மீத்தேன் வாயுத் திட்டம் வந்த பிறகு நிலத்தடி நீர் அதலபாதாளத்திற்கு சென்று விட்டது. நிலப்பகுதி கடுமையான சூழல் கேடுகளுக்கு ஆளாகியுள்ளது.

புதிய நோய்கள் மக்களைத் தாக்குகின்றன. வீட்டின் தண்ணீர் குழாயில் மீத்தேன் வாயுவும் சேர்ந்து வருகிறது. தண்ணீரை பற்ற வைத்தால் எரிகிறது. ஏராளமான திடீர் விபத்துகள் நடைபெற் றுள்ளன. இந்தத் திட்டத்தை உடனே நிறுத்த வேண்டும் என்று அந்தப் பகுதி மக்கள் போராடி வருகின்றனர்.

தமிழ்நாட்டைப் பொறுத்தமட்டில் ஏற்கனவே நிலத்தரகர்கள் மூலமாக வேறு வேறு பெயர்களில் வாங்கிய நிலங்களில் திடீர் திடீர் என வந்து குழாய் பதிக்கிறார்கள்.

மூன்றடி விட்டம் உள்ள குழாயை 60 அடி ஆழத்துக்கும் கீழ் சில இடங்களில் 500 அடி ஆழத்துக்கும் பதிக்கிறார்கள்.

வேதாரண்யம் அருகே 1000 அடிக்கும் மேல் குழாய்கள் பதிக்கப் பட்டுள்ளன. எதுவும் வெளிப்படையாக அறிவிக்கப்படாமல் ரகசிய மாகவே இந்தப் பணிகள் நடைபெற்று வருகின்றன.

அதே சமயம் இந்தத் திட்டம் குறித்து அபாயம் பற்றிய விழிப்புணர்வும் மக்களிடையே வேகமாகப் பரவி வருகிறது.

இந்தத் திட்டத்துக்கா 2000க்கும் மேற்பட்ட இடங்களில் கிணறுகள் அமைத்து அகழ்வுப் பணிகள் ஆங்காங்கே நடைபெற்று வருகின்றன. எந்தப் பக்கம் திரும்பினாலும் இந்தத் திட்டத்தின் செயல்பாடுகள் மட்டுமே நிறைந்திருக்கும்.

மீத்தேன் வாயுக்குழாய்கள் குறுக்கும் நெடுக்குமாக வயல்வெளி களில் பாய்ந்தோடும். இதற்காக ஒவ்வொர் இடத்திலும் ஒரு ஏக்கர், ஐந்து ஏக்கர் என்று இடத்துக்கு தகுந்தாற்போல நிலங்களை வாங்கி யுள்ளனர்.

பன்னாட்டு நிறுவனங்களின் வேட்டைக்காடாக மீத்தேன் வாயு எடுக்க தங்கள் சொந்த ஊர்களைக் கூட திறந்து விடுவதால் நம் நாட்டு அரசியல்வாதிகளுக்கு எந்தவித ஆட்சேபனையும் தயக்கமும் இல்லை.

ஆனால் உழவர்களைப் பொறுத்தமட்டில் இது வாழ்வா? சாவா? போராட்டம். இதில் விட்டுக் கொடுத்தால் அனாதைகளாகப் பஞ்சம் பிழைக்க ஊர் ஊராகத் திரிய வேண்டி வரும்.

வண்டல் மண்ணின் வாசம் நிறைந்த மருத நிலத்தின் உழவர்கள், தங்களின் பல்லாயிரம் ஆண்டுகால விவசாயப் பாரம்பரியத்தின் தொடர்ச்சியை தக்க வைக்க நடத்த வேண்டிய இறுதிப்பேறாக இது உள்ளது.

இந்தத் திட்டத்தை தடுத்து நிறுத்துவோம் என்பதை ஒரு வாக்குறுதி யாகக் கொடுத்து ஓட்டு வாங்க நினைக்கும் அரசியல்வாதிகளைப் புறக்கணிக்க வேண்டும்.

கிராம சபைக் கூட்டத்தில், எங்கள் கிராம எல்லைக்குள் இந்தத் திட்டத்தை அனுமதிக்க மாட்டோம் என்று தீர்மானம் நிறைவேற்ற வேண்டும்.

கனரக இயந்திரங்கள் குழாய் அமைக்க வரும்போது, அவர்கள் யார்? நோக்கம் என்ன? என்று விசாரிக்க வேண்டும். ஒரு வேளை சரியான தகவல் தெரிவிக்காமல் குழாய் அமைத்தால் மக்களைத் திரட்டி முடக்க வேண்டும்.

மீத்தேன் திட்ட எதிர்ப்புக் கூட்டமைப்பு மற்றும் பல்வேறு அமைப்புகள் சார்பில் டெல்டா பகுதிக் கிராமங்களில் தொடர்ச்சி யான விழிப்புணர்வு பிரச்சாரங்கள் மேற்கொள்ளப்பட்டு வரு கின்றனர்.

மீத்தேன் திட்டத்தைப் பொறுத்தவரையில் பரவலாக ஆயிரக்கணக் கான இடங்களில் இந்தத் திட்டத்தை செயல்படுத்தியாக வேண்டும். அந்தப் பகுதி மக்களின் எழுச்சி இல்லாமல் இதை முறியடிக்க முடியாது.

இயற்கை வேளாண் விஞ்ஞானி நம்மாழ்வார் உயிருடன் இருந்தபோது தனது கடைசி நாட்களை மீத்தேன் திட்ட எதிர்ப்பில் தான் செலவிட்டார்.

பல ஊர்களில் அவரது தலைமையில் மக்கள் குழாய்களைப் பிடுங்கி எறிந்தனர். இப்போதும் அது தொடர்கிறது.

கற்பனைக்கும் அப்பாற்பட்ட பிரம்மாண்ட பரப்பளவில் அறிவிக்கப்பட்டுள்ள மீத்தேன் வாயுத்திட்டம் தமிழகத்தின் நெற் களஞ்சியத்தைக் காவு வாங்கக் காத்திருக்கிறது.

தாழடி, குருவை, சம்பா என்று பட்டம் பார்த்து வெள்ளாமை செய்த உழவர்கள் இன்று இருக்கும் நிலம் பறிபோகுமோ, ஊரை விட்டு துரத்தி அடிப்பார்களோ என்று பதைபதைத்துக் கொண்டிருக்கிறார்கள்.

'விவசாயிகள் அனைவரும் அரசியல் பழக வேண்டும். போராட வேண்டும்' என்று விரும்பினார் நம்மாழ்வார்.

'விவசாயிகள் நல்வாழ்வில் தான் சமூகத்தின் எதிர்காலம் இருக்கிறது. அதனால் அவர்கள் நலனுக்காகத் தமிழ்ச் சமூகம் உடன் நிற்க வேண்டும்' என்று பேசினார்.

அசுத்தங்களால் நீர் பாதிக்கப்படும்போது நீர் பொதுவாக மாசு பட்டதாகக் குறிப்பிடப்படுகிறது. இந்த அசுத்தங்கள் காரணமாக அது குடிநீர் போன்ற மனித பயன்பாட்டிற்கு ஆதரவளிக்காது, மீன் போன்ற அதன் உயிரியல் சமூகங்களை ஆதரிக்கும் திறனில் மாற்றத்திற்கு உட்படுகிறது.

மாசுபாடு என்பது மனிதர்களுக்கு கூறப்படும் கருத்துக்களுடன் தொடர்புடையது.

நீர் நிலைகள் என்பது ஏரிகள், ஆறுகள், பெருங்கடல்கள், நீர்த் தேக்கங்கள், குளங்கள் மற்றும் நிலத்தடி நீர் போன்றவற்றை குறிக்கும். இந்த நீர்நிலைகளில் அசுத்தங்கள் நுழைவதால் நீர் மாசு படுகிறது நோய்களுக்கு காரணமாகிறது.

நீர் மாசுபாடு பாரம்பரியமாக நான்கு ஆதாரங்களில் கூறப்படு கிறது. கழிவுநீர், தொழில், வேளாண்மை மற்றும் புயல் நீர் ஆகிய வற்றால் ஏற்படுகிறது.

மாசு என்பது காலப்போக்கில் நிகழும் ஒட்டுமொத்த விளைவின் விளைவாகும். உலகில் சுமார் 785 மில்லியன் மக்களுக்கு மாசுபாடு காரணமாக சுத்தமான குடிநீர் கிடைக்கவில்லை.

மொத்த தொழில் துறை நீர் தேவைகளில் 60% நுகர்வு கூடுதலாக சில தொழிற்சாலைகள் நச்சு இரசாயன கழிவுகளை வெளியிடு கின்றன.

நீர் வழங்கல் மற்றும் சுகாதாரத்திற்கான கூட்டு கண்காணிப்புத் திட்டத்தின் மதிப்பீட்டின்படி உலகளவில், 2017ஆம் ஆண்டு வரை சுமார் 4.5 பில்லியன் மக்கள் சுகாதாரத்தை பாதுகாப்பாக நிர்வகிக்க வில்லை.

துப்புறவுக்கான அணுகுமுறை நம்மிடையே இல்லாதது கவலைக் குரியது. திறந்தவெளி மலம் கழிக்கும் நடைமுறையின் மூலம் மழை நிகழ்வுகள் அல்லது வெள்ளத்தின்போது மனித மலம் தரையிலிருந்து நகர்த்தப்படுகிறது. மழை நிகழ்வின்போது மலக்குழி மற்றும் கழிப்பறைகளும் வெள்ளத்தில் மூழ்கலாம்.

புயல் காலங்களில் சாக்கடைகள் நிரம்பி வழியும் போது இந்த சுத்தி கரிக்கப்படாத கழிவுநீரால் நீர் மாசுபடுவதற்கு வழி வகுக்கலாம்.

இத்தகைய நிகழ்வுகள் சுகாதார கழிவு நீர் வழிதல் அல்லது ஒருங்கிணைந்த சாக்கடை நீர் வழிதல் என்று கூறலாம்.

ஒருங்கிணைந்த கழிவு நீர் பெருக்கத்தின்போது கடுமையான நீர் மாசுபாட்டை ஏற்படுத்தும்.

கடுமையான புயல்களின் போது இந்த கழிவுநீர் மாசுபாடு ஏராளமான பிரச்சனைகளை உருவாக்கும்.

∎

17. கார்ப்பரேட்டுகளின் லாப வெறிக்குப் பலியாகும் சுற்றுச்சூழல்

நிலம், நீர், காற்று, வனம் ஆகியவை எந்த ஒரு மனிதனின் வாழ்க்கைக்கும் அடிப்படையாக இருப்பவை.

சுற்றுச்சூழல் சீர்கேட்டால் இந்த நான்கும் ஏதோ ஒரு வகையில் சீர்கெடும்போது மக்களின் வாழ்வாதாரம் கேள்விக்குறியாக்கப் படுகிறது. தங்கள் வாழ்க்கையைக் காப்பாற்றிக் கொள்ள மக்கள் களத்தில் இறங்க ஆரம்பிக்கிறார்கள்.

உலகில் சுற்றுச்சூழல் நெருக்கடிகள் சமீபகாலமாக பெருமளவில் அதிகரித்திருக்கின்றன. இந்தியா உள்ளிட்ட மூன்றாம் உலக நாடுகளில் சுற்றுச்சூழல் பாதுகாப்பு சார்ந்த போராட்டங்களும் கணிசமாக அதிகரித்திருக்கின்றன.

சுற்றுச்சூழல் இயற்கை ஆர்வலர்களைத் தாண்டி மக்களும் சுற்றுச் சூழல் பிரச்சனைகளுக்கு எதிராக சமீபத்திய ஆண்டுகளில் போராடத் துவங்கி விட்டார்கள். அவர்களுடைய வாழ்க்கை நேரடியாக பாதிக்கப்படவும், வாழ்வாதாரம் பறிக்கப்படவும் ஆரம்பிக்கப்பட்டு விட்டதன் வெளிப்பாடு இது.

தமிழகத்தில் சமீபகாலமாக நடைபெற்று வரும் சில சுற்றுச் சூழல் போராட்டங்கள் சார்ந்த வாதப்பிரதிவாதங்களும், பார்வை களும் அறிவியல் பூர்வமாகவும், தர்க்க ரீதியாகவும் உள்ளனவா என்கிற கேள்வி எழுகிறது.

உணர்ச்சி வசப்பட்ட பேச்சும் அறிவியல் பூர்வமற்ற சில வாதங் களும் சில போராட்டங்களை வழிநடத்துகின்றன.

சுற்றுச்சூழல் சீர்கேடுகளுக்கான தீர்வு அறிவியல் பூர்வமான வாதங் களில் இருந்தே சூல் கொள்கிறது.

எக்காரணம் கொண்டும் சுற்றுச்சூழலைப் பற்றிப் பேசாத, பருவ நிலை மாற்றச் சிக்கலைப் பொருட்படுத்தவே செய்யாத அரசுகள் அமைவதையே கார்ப்பரேட் நிறுவனங்கள் விரும்புகின்றன. அதை நோக்கியே நமது சிந்தனைகளும் செதுக்கப்படுகின்றன.

சுற்றுச்சூழல் பாதுகாப்பு என்பது தனி நபர் நடவடிக்கை அல்ல. அது ஓர் அரசியல் செயல்பாடு. ஒட்டுமொத்த மனிதகுலத்துக்கும் தேவைப்படும் நிலைப்பாடு.

கார்ப்பரேட்டுகளின் லாப வெறிக்கு தலையாட்டும் பொம்மை களாக இருக்கும் அரசுகளை நாம் பெற்றிருப்பது தற்செயலாக நிகழ்ந்த ஓர் நிகழ்வு அல்ல. அது ஒரு திட்டமிடப்பட்ட அரசியல் தந்திரம்.

தனிநபர் விவசாயத்துக்கு தண்ணீர் கொடுக்க மறுக்கும் அரசு, பல்லாயிரம் ஏக்கரில் விவசாயம் செய்ய வரும் கார்ப்பரேட்டு களுக்கு அனுமதி அளிக்கிறது.

பருவநிலை மாற்றத்துக்கு அடிப்படையான காரணம் பசுமை இல்லா வாயுக்கள் எனப்படும் கார்பன்-டை-ஆக்சைடு, மீதேன், ஹைட்ரோ கார்பன் முதலியவை வளிமண்டலத்தில் சேர்ந்து புவி வெப்பம் வெளியேறுவதைத் தடுப்பதே. ஆனால், அரசு இதற்கு அனுமதி அளித்துள்ளது.

■

18. மழைப் பொழிவை உருவாக்கும் காடுகள்

வனங்களைப் பாதுகாக்க வேண்டும்; வனங்களின் பரப்பளவை அதிகரிக்க வேண்டும் என்பதற்காக பொது மக்களின் வாழ்வாதாரங்கள் மற்றும் வாழ்விடங்களில் கை வைக்கும் வனத்துறை முதலில் பாதுகாக்கப்பட்ட வனப்பகுதியாக உள்ள காடுகளை பாதுகாப்பதில் மிகுந்த கவனம் செலுத்த வேண்டும்.

உதாரணத்திற்கு குமரி மாவட்டம் முழுவதும் பரவலாக அரசியல் பின்புலத்துடனும், வனத்துறையிலுள்ள சிலரின் உதவியுடனும் மரங்கள் வெட்டிக் கடத்தப்படுவதாக அன்றாடம் செய்திகள் வாசிக்கப்படுகிறது.

தமிழகத்தின் வளம் மிகுந்த மனாவட்டம் குமரி மாவட்டம். மேற்குத் தொடர்ச்சி மலை குமரியில் துவங்குகிறது. இது குமரி மாவட்டத்திற்கு அரணாகவும் விளங்குகிறது.

மலைக்குன்றுகளும் கரடுமுரடான நில அமைப்பும் கொண்டுள்ள இம்மாவட்டத்தின் பெரும்பகுதி காடுகள் அடர்ந்த வனப் பகுதி களாக உள்ளதோடு பல்லுயிரின் வாழ்விடமாகவும் உள்ளது.

இந்த வனப்பகுதிகள் பாதுகாக்கப்பட்ட வனப்பகுதி என அறிவிக்கப்பட்டு வன உயிரின சரணாலயமாக உள்ளது.

ஒரு லட்சத்து 67 ஆயிரத்து 130 சதுர ஹெக்டேர் பரப்பளவுள்ள கன்னியாகுமரி மாவட்டத்தில் 50 ஆயிரத்து 489 சதுர ஹெக்டேர் பாதுகாக்கப்பட்ட வனப்பகுதியாக உள்ளது. இது மொத்தப் பரப்பில் 30.2 சதவிகிதமாகும்.

இந்த அடர்த்தியான வனப்பகுதியில் தேக்கு, ஈட்டி, சந்தனம் உள்ளிட்ட விலை உயர்ந்த மரங்கள், அரிய வகை உயிரினங்கள் மூலிகைகள் ஏராளம் உள்ளது. வனப்பகுதி முழுவதும் நீரோடைகள் பாய்ந்து செல்வதால் எப்போதும் பசுமையாக உள்ளது.

இயற்கையின் கொடையாக உள்ள இந்த மலைகள் மற்றும் காடு களினால் கன்னியாகுமரி மாவட்டம் பசுமை மாறா மாவட்டமாக திகழ்வதுடன் அதிக மழைப் பொழிவையும் பெற்று வருகிறது.

தற்போது கன்னியாகுமரி, மாவட்ட வனப்பகுதிகள் முண்டன் துறை புலிகள் சரணாலயத்துடன் இணைக்கப்பட்டுள்ளன.

பல்லுயிரின சரணாலயமாக குமரி மாவட்ட காடுகள் உள்ளதால் வனப்பகுதியை ஒட்டியுள்ள ஏராளமான பகுதிகளை சூழலில் அதிர்வு மண்டலமாக அறிவிப்பதற்கான முயற்சிகள் நடைபெற்று வருகின்றன.

காடுகளின் பரப்பை அதிகரிக்கும் நோக்கில் பல ஆயிரம் ஹெக்டேர் விளைநிலங்கள் தனியார் காடுகளாக அறிவிக்கப்பட்டுள்ளது.

இவ்வாறு காடுகளின் பரப்பை அதிகரிக்கவும் வன உயிரினங்களின் பாதுகாப்பிற்காகவும், பொது மக்களின் வாழ்வாதாரங்களைப் பறிக்கும் வனத்துறை இருக்கின்ற பாதுகாக்கப்பட்ட வனப் பகுதியைப் பாதுகாப்பதில் கோட்டை விடுகிறது என்ற குற்றச் சாட்டுகள் எழுந்துள்ளது.

குமரி மாவட்டத்தில் கடந்த இரண்டு ஆண்டுகளுக்கு முன் வீசிய ஓகி புயலில் பல லட்சம் மரங்கள் சரிந்து விழுந்தன. வனப்பகுதி களுக்குள் விழுந்த மரங்கள் காடுகளின் பாதுகாப்பு கருதி அகற்றப் படாமல் அப்படியே விடப்பட்டன.

இதனால் அப்பகுதிகளில் செடி, கொடிகள் வளர்ந்து அடர்த்தி யாகி விழுந்து கிடக்கும் மரங்கள் வெளியே தெரியாத வண்ணம் காடுகள் அடர்த்தி மிகுந்ததாக மாறியது.

இது மரம் கடத்தல் கும்பல்களின் கண்களை உறுத்தியது. இதன் விளைவால் குமரியின் அடர்ந்த வனப்பகுதியின் பெருஞ்சாணி, காயல்கரை, செல்லம்திருத்தி, தடிக்காரன்கோணம் போன்ற பகுதி களில் காடுகளுக்குள் புகுந்து கடத்தல் கும்பல் நீண்ட நாட்களாக முகாமிட்டு தேக்கு, ஈட்டி போன்ற விலையுயர்ந்த மரங்களை வெட்டி லாரிகளில் கடத்திச் சென்றதாக தகவல் வந்துள்ளது.

நாளடைவில் நூற்றாண்டுகளைக் கடந்த பல விலை உயர்ந்த மரங்களையும் இந்தக் கும்பல் வெட்டிக் கடத்தியதால் வனப்பகுதி யில் பல இடங்கள் காடுகள் அழிந்து புதர்கள் மட்டும் மண்டிய நிலையில் உள்ளது.

இயற்கையின் வரமாகக் காற்றைச் சுத்திகரிக்கும் ஆலையாகச் செயல் படும் மரங்கள் அடர்ந்த வனங்களைப் பாதுகாப்பது இந்தப் பூவுலகில் வாழும் நம் ஒவ்வொருவரின் கடமையாகும்.

மழை பொழிவதற்குக் காரணமாக விளங்கும் காடுகளையும், மரங்களையும் பாதுகாக்க வேண்டிய கடமை உணர்வும், கான்கிரீட் காடுகளாகிவிட்ட வாழ்விடங்களில் புதிதாக மரங்களை நட வேண்டும் என்ற சுற்றுச்சூழல் பாதுகாப்பு உணர்வும் நம்மிடையே உருவானால்தான் தண்ணீர்த் தட்டுப்பாடின்றி நம்மால் உயிர் வாழ முடியும்.

மரங்கள் இல்லையேல் மனித வாழ்வு இல்லை என்பதன் அவசியத் தையும், சூழல் பாதுகாப்பின் அவசரத்தையும் நாம் ஒவ்வொருவரும் உணர வேண்டிய நேரமிது.

இத்தகைய உணர்வினைப் பெற, சுற்றுச்சூழல் பாதுகாப்பிற்கு உலகளவில் நம் நாடுதான் முன்னோடியாகத் திகழ்ந்தது என்பது வரலாற்று ரீதியாக நினைவுகூறத்தக்க ஒன்றாகும்.

இயற்கை பாதுகாப்பிற்காக உலகளவில் முதன் முதலில் குரல் கொடுத்து தன் இன்னுயிர் நீத்த தியாகப் பெண்மணி.ஜோத்பூரைச் சேர்ந்த அமிர்தாதேவி.

அந்தத் தியாகப் பெண்மணி அமிர்தாதேவி மரங்களின் வேர்களாக, வேரடி மண்ணாக இன்றும் வரலாற்றில் வாழ்ந்து கொண்டிருக்கிறார்.

இயற்கையின் வரப்பிரசாதமாய் இந்த புவி மண்டலத்தில் மதிப்பும் புனிதமும் மிக்கதாய் இருப்பது மரங்கள்தாம்.

மனிதனின் சுயநலத்தால் சூனியமாக்கப்படும் சுற்றுச்சூழலை சுத்தம் செய்து, மழையைக் கொடுத்து, அவனுக்கான உணவையும் கொடுத்து மனிதனுக்கே வாழ்வை அர்ப்பணிக்கும் மரங்களின் எண்ணிக்கை குறைந்து கொண்டே இருப்பது புவி வெப்பமயமாதலுக்கு முக்கிய காரணமாக இருந்து வருகிறது.

வாகனங்கள் காற்றில் உமிழும் கரியமில வாயுவை சாலையோர மரங்கள் உறிஞ்சிக் கொண்டு, உயிரினங்களுக்கு ஆயுள் தரும் ஆக்சிஜனை வெளியிடுகின்றன.

எந்தப் பலனையும் எதிர்பாராமல் நாள் முழுவதும் சமூகப்பணி செய்யும் மரங்களை நம்மில் எத்தனை பேர் நன்றியோடு நினைத்துப் பார்க்கிறோம்? என்ற கேள்வி நம் முன்பு பதில் இல்லாமல் நிற்கிறது.

மரங்கள் தாம் உறிஞ்சும் நீரைக்கூட மனிதனை குளிர்விக்கவே வழங்குகிறது. மரங்கள் எப்போதுமே தனக்குத் தேவையான நீரை விட அதிகமான நீரை உறிஞ்சிக் கொள்ளும். உறிஞ்சப்படும் உபரிநீர் அத்தனையும் வெளியோகி ஈரப்பதமாக காற்றில் கலந்து விடுகிறது. அந்த உபரி நீரை கிரகித்துக் கொண்டுதான் மேகங்களும் மழையை நமக்குக் கொடையளிக்கின்றன.

■

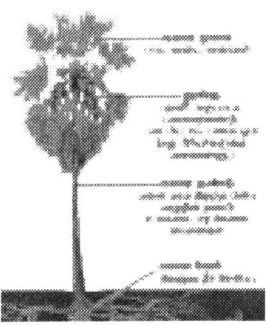

19. நிலத்தடி நீரை சேமிக்கும் பனை மரங்கள்

மிக ஆழத்தில் உள்ள நிலத்தடி நீரை பனை மரங்களின் வேர்கள் மேலே கொண்டு வந்து விடும் தன்மை கொண்டது.

இதன் வேர்கள் நிலத்தடி நீரை தனக்குள் சேமித்தும் வைக்கும். அசுத்தமான தண்ணீரை சுத்திகரிப்பு செய்து நன்னீராக மாற்றித் தரக்கூடிய மிகவும் உன்னதமான பணியையும் பன்னை மரத்தின் வேர்கள் செய்கின்றன.

மண் அரிப்பையும் இவை தடுப்பதால்தான் பல்வேறு நீர்நிலைகளின் ஓரங்களில் நம் முன்னோர்கள் பனை மரங்களை உருவாக்கி வைத்தனர். இவை புயல் தடுப்பு வேலியாகவும் பயன்படுகின்றன.

பனை மரங்கள் அழித்தொழிப்பால் நிலத்தடி நீருக்கு மிக மோச மான தட்டுப்பாடு தமிழ்நாட்டில் உருவாகும் அபாயம் உள்ளது.

இத்தகைய சிறப்புகள் வாய்ந்த பனை மரங்கள் விறகுக்காக முழுவதும் வெட்டப்படுவதும், அழிக்கப்படுவதும் வேதனை தரக் கூடிய ஒன்றாக உள்ளது.

திருவாரூர், நாகப்பட்டினம் மாவட்டங்களிலிருந்து ஆயிரக் கணக்கான பனை மரங்கள் வெட்டப்பட்டு திருப்பூர் மற்றும் அதன் சுற்றுவட்டாரப் பகுதிகளில் உள்ள சாயத் தொழிற்சாலைகளுக்குக் கொண்டு செல்லப்படுகின்றன.

செங்கல் கால்வாய்களுக்காகவும் அதிகளவில் பனை மரங்கள் வெட்டப்படுகின்றன. இது சுற்றுச்சூழல் ஆர்வலர்கள் மத்தியில் மிகுந்த கவலையை ஏற்படுத்தியுள்ளது.

பொது இடங்களில் உள்ள பனை மரங்களை திருட்டுத்தனமாக வெட்டி எடுத்துச் செல்வதோடு மட்டுமல்லாமல் விவசாய நிலங்களில் உள்ள பனை மரங்களை ஒரு மரத்துக்கு 200 ரூபாய் வீதம் விலை கொடுத்து வியாபாரிகள் வாங்கிச் செல்கிறார்கள்.

சுற்றுச்சூழலுக்கு பல வகையிலும் பெரும் துணையாக உள்ள பனை மரங்களைப் பாதுகாக்க தமிழக அரசு சிறப்புத் திட்டங்களையும், கடுமையான சட்டங்களையும் உருவாக்க வேண்டும் என்று சுற்றுச் சூழல் ஆர்வலர்கள் வலியுறுத்துகிறார்கள்.

ஒரு காலத்தில் விவசாயம், கைத்தறிக்கு அடுத்தபடியாக பெரிய அளவில் வேலை வாய்ப்பைக் கொண்டதாகவும் பனைத் தொழில் விளங்கியது.

1985ஆம் ஆண்டில் தேசிய அவில் 6.94 லட்சம் வேலை வாய்ப்பையும், தமிழ்நாட்டு அளவில் 5.87 லட்சம் வேலை வாய்ப்பையும் பனைத் தொழில் வழங்கியிருக்கிறது.

இதில் பனைத் தொழிலாளர்கள், வெல்லம் காய்ச்சும் பெண்கள், தும்புக் கைவினைஞர்கள், வியாபாரிகள் ஆகியோர் அடங்குவர்.

இளம் மரங்கள் நீங்கலாக பனையேறத் தகுந்த எல்லா மரங்களையும் பயன்படுத்தினால் தமிழகத்தில் மட்டும் 10 லட்சம் பேருக்கான வேலை வாய்ப்பை உருவாக்கலாம்.

இயற்கையின் கற்பகத் தருவாக விளங்கி வரும். பனை மரங்களை அழிப்பதும், சேதப்படுத்துவதும் கடும் தண்டனைக்குரிய குற்றம் என்று சட்டம் இயற்றுவது இன்றியமையாதது.

பனை மர வளர்ப்பைப் பொதுமக்களிடையே ஊக்குவிக்கவும், ஏற்கனவே உள்ள பனை மரங்களை பொதுமக்கள் பாதுகாக்கவும், தமிழக அரசு சிறப்புத் திட்டங்களை வகுக்க வேண்டும்.

குறிப்பாக, விவசாய நிலங்களில் உள்ள பனை மரங்கள் வெட்டப் படாமல் பாதுகாக்க சம்பந்தப்பட்ட விவசாயிக்கு ஆண்டுக்கு ஒரு பனை மரத்துக்கு 50 ரூபாய் வீதம் ஊக்கத்தொகை கொடுக்க முன்வர வேண்டும் என தன்னார்வலர்கள் அமைப்பு கோரிக்கை வைத் துள்ளது.

பனை தமிழ்நாட்டின் மாநில மரமாகும். பனை மரத்தில் மொத்தம் 34 வகைகள் இருக்கின்றன. தமிழ்நாட்டில் மட்டும் 5 கோடி பனை மரங்கள் உள்ளன.

ஒரு பனை மரத்திலிருந்து ஒரு வருடத்திற்கு பதநீர் 180 லிட்டர், பனை வெல்லம் 25 கிலோ, பனஞ்சீனி 16 கிலோ, தும்பு 11.4 கிலோ, ஈக்கு 2.25 கிலோ, விறகு 10 கிலோ, ஓலை 10 கிலோ, நார் 20 கிலோ கிடைக்கிறது என்று ஒரு கணக்கு கூறப்படுகிறது.

பொதுவாக பனைமரங்கள் பயிரிடப்படுவதில்லை. இது புல்லினத்தைச் சேர்ந்த ஒரு தாவரப் பேரினம் ஆகும். பனைகள் இயற்கையிலே தானாகவே வளர்ந்து பெருகுகின்றன.

பனை வளர்ந்து முதிர்ச்சியடைந்து பெரிய மரங்களாக வளரத் தொடங்குவதற்கு 15 ஆண்டுகளுக்கு மேல் ஆகும். திருவாரூர், நாகப்பட்டினம் மாவட்டங்களில் இயற்கையாகவே உருவாகி தானாக வளர்ந்த பனை மரங்கள் லட்சக்கணக்கில் இருந்தன.

இவற்றில் பெரும் பகுதி செங்கல் சூளைக்காக வெட்டப்பட்டன. எஞ்சியுள்ள மரங்களுக்கும் ஆபத்து தொடங்கியுள்ளது.

இதே நிலைதான் தமிழ்நாட்டின் மற்ற மாவட்டங்களில் உள்ள பனை மரங்களுக்கும் உள்ளதாக அறியப்படுகிறது.

∎